# శ్రీకృష్ణ లీలా తోరణం

### కథా సంకలనం

## తీ. వనజ

INDIA • SINGAPORE • MALAYSIA

ISBN 979-8-88704-868-0

మా అత్తగారు, మామగారు కీ. శే. తీగవరపు పురుషోత్తం గారు,
తీగవరపు శకుంతల గారికి ఈ పుస్తకం అంకితం చేస్తున్నాను.

# ప్రార్థన శ్లోకం

ఎవరి కాంతి జ్ఞాన సూత్రమో (మహోన్నతమైన శక్తి);

ఎవరి వలన అజ్ఞానము అనే చీకటిని తొలగిస్తామో;

ఎవరి వలన జీవితం లో అన్నీ సాధిస్తామో;

ఆ ఉషోదయ/సంధ్యా జ్యోతికి ప్రణమిల్లుతున్నాను|

వటపత్ర శాయి

యశోదకృష్ణ

# విషయ సూచిక

# ఉపోద్ఘాతం

నేను ఎక్కువగా ఆధ్యాత్మకమైన వ్యాసములు రచించి ప్రచురిస్తాను. నేను భారత దేశం మొత్తం, శ్రీ లంక, నేపాళ్, సింగపూర్, మలేసియా. కైరో దేశములు విస్తృతంగా పర్యటించి, మందిరముల యొక్క శిల్ప నైపుణ్యం, ఆధ్యాత్మికత అంశములను, స్థల పూరణముల నుంచి, గూగుల్ లో పూరణముల నుంచి ఆధ్యాత్మిక అంశములను గమనించి అందరికీ అర్థం అయ్యేటట్టు ఈ వ్యాసము లో వివరం గా విశదీకరించి విపులంగా పొందుపరిచాను. ఇందులో పరబ్రహ్మ తత్వం (2015), శ్రీ కృష్ణ లీల తోరణం (2018 జనవరి నుంచి జూన్ మాసం వరకు ధారావాహికగా) అను రెండు వ్యాసములు "గానకళ" సంగీత మాస పత్రిక, కాకినాడ లో ప్రచురించబడ్డాయి. ఈ గ్రంథములో ఉన్న వ్యాసము (పుష్పము) ల యొక్క గుచ్ఛములను ఆస్వాదించి, వాటిలోని అమృతమును గ్రోలి మమ్ములను ఆనందపరుస్తారని ఆశిస్తున్నాము.

# శ్రీకృష్ణ లీలా తోరణం

శ్రీ కృష్ణుని యొక్క కధలు, గాధలు, లీలలు (పద్య, శ్లోక, కృతుల రూపం లో) అనే పుష్పములను గుచ్ఛములు గా, సుమహారం గా మలచి మీకు సమర్పిస్తున్నాము. ఆ హారం యొక్క గుబాళింపులను ఆస్వాదించి, పుష్పములలోని అమృతము ను సేవించి మమ్ములను ఆనందపరుస్తారని భావిస్తున్నాము.

శ్రీకృష్ణభగవానుడు అనంతుడు, పరబ్రహ్మస్వరూపుడు, సర్వశ్రేష్టుడు, సర్వాధికారుడు, సృష్టికర్త, సృష్టిభర్త, లయకారుడు, సర్వవ్యాపకుడు, పరిపూర్ణుడు అని వ్యాసులవారు భగవద్గీత లో సెలవిచ్చారు.

ఈ అనంతమైన నక్షత్రమండలాలలో మన విశ్వం ఒకటిగా భావించవచ్చు. విజ్ఞానపరంగా మన విశ్వం చిన్నది అని, దాని కంటే పెద్దవి అనంతంగా ఉన్నాయని, దాని కంటే చిన్నవి కూడా అనంతంగా ఉన్నాయని "బిగ్ బాంగ్" సిద్ధాంతం నిరూపించింది. అన్నిటికంటే పెద్దదైన విశ్వంను బ్రహ్మ వైవర్తక పురాణం "గోకులం "గా అభివర్ణించింది. ఇక్కడ భగవంతుడు" "బ్రహ్మతేజస్సుగా" వెలుగుతో నిండి ఉంటారు.

మొట్టమొదట మానవ సృష్టి చేయాలని జ్యోతి రూపం లో ఉన్న భగవంతుడు భావించడాని మన పురాణాలలో చెప్పబడింది. మొదట అన్నిటికంటే పెద్దదైన గోకులంలో సర్వశక్తిమంతురాలైన ఆదిపరాశక్తి చేత అనంత నక్షత్రమండలంలోని ప్రతి విశ్వంనకు (భూమి) సృష్టి చేయబడింది. వైష్ణవ పురాణం లో ఆమెనే యోగమాయ గా వర్ణిస్తారు. బ్రహ్మాండ పురాణం లో "ఆది పరాశక్తి (ఒక అండం)

రెండు భాగాలుగా (రెండు అండములుగా), ప్రకృతి, పురుషుడుగా" విభజింపబడినట్టు విశదీకరించారు. ఒక అండము లో నుండి కృష్ణుడు అనే పురుషుని (ఈయన గోకులం యొక్క సర్వశక్తిమంతుడు అని వ్యాసభాగవానులు రాసిన హరివంశంలో చెప్పబడింది. ఈయన, 28 వ వైవశ్వతమన్వంతరం లోని ద్వాపరయుగం లోని కృష్ణుడు ఒకరు కాదు). కాళీ అనే స్త్రీ జన్మిస్తారు. వారిని విశ్వము యొక్క తోబుట్టువులు గా భావిస్తారు. (కర్నాటకశాస్త్రీయ సంగీతంలో వాగ్గేయకారులు వీరిద్దరిని తోబుట్టువులుగా వర్ణిస్తూ కృతులను రచించారు). తరువాత కాళిక త్రిపురసుందరిగా మార్పుచెంది మరి రెండు అండములను సృష్టించింది. మొదటి అండము లో నుండి విష్ణువు, గౌరి ఉద్భవించిరి, రెండవ దానినుండి శివుడు, మూలప్రకృతి అయిన రాధా (గోకులం లోని శ్రీకృష్ణుని యొక్క దేవేరి) ఉద్భవించిరి.

భాగవత పురాణం శ్రీ విష్ణువు సృష్టి, స్థితి, లయ కు మూలకరకుడని పేర్కొంది. ఆయనే అనంతుడైన "హరి "గా గుర్తించింది. ఆయనే అన్ని సృష్టిలకు మూలకారకమైన సర్వశ్రేష్టమైన బీజము అని, అతి చిన్న దానికంటే చిన్నదని, అతి పెద్ద దానికంటే పెద్దదని, అతి గొప్ప దానికంటే గొప్పదని నిర్ధారించింది. ఈ అనంత నక్షత్రమండలాలో ఉన్న ప్రతి విశ్వం (భూమి) మునకు బ్రహ్మ, విష్ణు, మహేశ్వరులు సృపింపబడ్డారు.

**మన విశ్వం:** బ్రహ్మ మన విశ్వంనకు 14 మంది మనువులును సృష్టించాడు. మనువుల నుంచి వచ్చిన సంతతి మానవులుగా వ్యవహరిస్తున్నారు. ప్రస్తుతం మన కాలం 28 వైవస్వత (7 మనువు) మన్వంతరం గా పిలవబడుతోంది. మహర్షులు విష్ణువుతో నృత్యం చేయాలనే కోరికను వెల్లడి చేయగా, విష్ణువు వారి కోరిక

ద్వాపర యుగం లో కృష్ణావతారం లో తీరుస్తానని అభయం ఇచ్చాడు. అయితే ఈ అవతారం లో ఆయన కంసుని లాంటి చాలామంది రాక్షసులను సంహరించి కురుక్షేత్ర యుద్ధం చేయవలసి ఉంది. రెండు కార్యములు ఒకే అవతారం లో పూర్తి చేయడం కోసం విష్ణువు గోలోకంలోని శ్రీకృష్ణుని ఆశ్రయించగా, శ్రీకృష్ణుని అంగీకారంతో విష్ణువు, శ్రీకృష్ణుడు కలిసి కృష్ణావతారంలో కృష్ణుడుగా జన్మించి పూతన లాటి రాక్షసులను సంహరించి 11 యేట మన విశ్వం యొక్క విష్ణువు మధురకు వెళ్ళగా, గోలోకం యొక్క శ్రీకృష్ణుడు దేవేరి అయిన రాధాదేవి తో, గోపికలతో బృందావనం లో రాసలీలలో 1 బ్రహ్మ రాత్రి (1 కల్పం) విహరిస్తుంటారు (వ్యాస విరచితం హరివంశం, బ్రహ్మ వైవర్తపురాణం, కుర్తాళం పీఠాధిపతి ప్రవచనాల లో నుంచి గ్రహించినవి). [1 కల్పం అంటే 4. 32 బిల్లీయన్ల (1000 మహాయుగాలు) సంవత్సరాలుగా నిర్ధారించారు. ప్రతి కల్పం 14 మన్వంతరములుగాను, ఒక్కొక్క మన్వంతరం 71 చతుర్యుగాలుగా (306,720,000 సం) విభజించారు. మొదటి, చివర మన్వంతర మధ్యకాలం సంధ్యగా చేస్తారు. ఆ కాలం సత్యయుగం (1,728,000 సం) అంత ఉంటుంది]. ఇప్పుడు కూడా బృందావనం లో కొంతమంది భక్తులకు సంగీతం, నృత్యం, వేణునాదం యొక్క శబ్దములు వినిపిస్తున్నాయని చెప్తుంటారు.

శ్రీకృష్ణుని గురించి మనదేశం లో హిందూమతానికి సంబంధించిన అన్ని భాషలలోని వాగ్గేయకారులు కృతులను, పద్యాలను, శ్లోకాలను రచించారు. భారతదేశంలో కృష్ణుని ముఖ్య ప్రదేశాలు బృందావనం (ఉ. ప్ర), మాయాపూర్ (వె. బె), పూరి జగన్నాథ్ (ఒడిస్సా), ద్వారక (గు), పండరిపురం (మహా), ఉడుపి (కర్నా), నత్ ద్వారా (రాజ), గురువాయూర్ (కేరళ).

దక్షిణభారత దేశం, తూర్పు భారత దేశం, ఉత్తర భారత దేశం, పశ్చిమ భారత దేశం, మధ్య భారత దేశముల నుంచి సేకరించిన పలు కవుల కవిత్వములు మీకు సమర్పిస్తున్నాము.

**దక్షిణ భారత దేశం:** దక్షిణ భారతదేశం లో కృష్ణుని గురించి చాలా మంది కవులు కృతులు, పద్యాలు, శ్లోకాలు రచించారు. బాల కృష్ణుని గురించి "బాల-ముకుంద అష్టకం" అని సంస్కృతం లో శ్లోకాలు "బిల్వ మంగళ ఠాకూర్" అనే ఆయన రచించారు. ఆయన (క్రీ. శ 1220-1300) "గోవింద దామోదర స్తోత్రం", "కృష్ణకర్ణామృతం" కూడా రచించారు. ఆయన శుకబ్రహ్మమహర్షి వలె రచించడం వలన ఆయనకు "లీలా శుక" అని బిరుదు ప్రసాదించారు. బాల-ముకుంద అష్టకం లో "కరార విందెన.." అనే శ్లోకం లో కృష్ణుని వటపత్రశాయి గా, ముకుందుని గా వర్ణించారు. వటపత్రంశాయి అంటే మర్రి ఆకు పైన శయనించిన విష్ణువు అని, ముకుంద అంటే ముక్తి ప్రసాదించిన విష్ణువు అనే అర్థం అయ్యేటట్టు వర్ణించారు. "కృష్ణకర్ణామృతం" లో 2 వ అధ్యాయం 108 వ శ్లోకం "కస్తూరి తిలకం.." లో కృష్ణుని గురించి వర్ణించారు. "గోవింద దామోదర స్తోత్రం" లో కృష్ణ భక్తులు అందరూ "గోవింద దామోదర మాధవ" అని ఆయనను వారిని రక్షింపని వేడుకుంట్టునట్టు రచించారు (దామోదర =దామ+ఉదర=తాడు+పొట్ట=పొట్టని తాడుతో కట్టుట, యశోద బాల కృష్ణుని రోటికి తాడుతో కట్టుటవలన కృష్ణునికి దామోదర అని పేరు వచ్చింది). "మధుసూధన సరస్వతి" అనే అద్వైత సన్యాసి "గీతా ధ్యాన శ్లోకాలు" రచించారు. ఇందులో "మూకమ్ కరోతి వాచాలమ్ పంగుమ్ లంగాయతే గిరిం...." అనే శ్లోకం చాలా ప్రసిద్ధమైనది. గురువు తలచుకుంటే మూగవాడిచేత మాట్లాడించగలడు అని ఈ శ్లోకం వివరిస్తోంది. ఈ శ్లోకం గురువు గొప్పతనాన్ని తెలియజేస్తోంది. "దామోదర అష్టకం" వ్యాసులవారు పద్మ పురాణం లో రచించారు.

వైష్ణమతం లో ముఖ్యమైనవారు ఆళ్వారులు. ఆళ్వార్ అంటే "భగవంతుని ధ్యానం లో నిమగ్నమగుట". ఆళ్వారులు 12 మంది. వారు 1. పోయిగై ఆళ్వార్, 2. భూతత ఆళ్వార్, 3. పే ఆళ్వార్, 4. తిరుమాలిసాయి ఆళ్వార్, 5. నమ్మ ఆళ్వార్, 6. మధురకవి ఆళ్వార్, 7. కులశేఖర ఆళ్వార్, 8. పెరియ ఆళ్వార్, 9. ఆండాళ్ (ముని కన్య), 10. తొందరాది ఆళ్వార్, 11. తిరుప్పన్ ఆళ్వార్, 12. తిరుమంగై ఆళ్వార్. ఇందులో మొదటి ముగ్గురు ద్వాపరయుగం లోని వారు. మిగిలిన 9 మంది కలియుగం లోని వారు. వీరు "దివ్య దేశం" అనే అనే గ్రంథం లో 108 యొక్క విష్ణు దేవాలయాలను, వాటి లోని వివిధమైన విష్ణు రూపాలను పేర్కొన్నారు. వీటిలో 105 క్షేత్రములు భారతదేశం లో, 1 నేపాళ్ లో ఉన్నాయి. 107 వది పాల సముద్రం (తమిళం లో తిరుప్పాల్ కడల్ అంటారు, తిరు=శుభం, పాల్ =పాలు, కడల్=సముద్రం), 108 వది వైకుంఠం (పరమపదం). ఈ 108 దివ్య క్షేత్రముల లోని విష్ణు రూపములను ప్రార్థిస్తూ ఆళ్వార్లు రచించిన 4000 పద్యములను "నాథముని" అనే వైష్ణవ వేదాంతి కూర్చి "దివ్య ప్రబంధం" అనే పవిత్ర గ్రంధం తయారు చేశారు. నమ్మాళ్వార్ తనను గోపికాగా భావిస్తూ కృష్ణుని గురించి పద్యాలు రచించారు.

7 ఆళ్వార్ అయిన కులశేఖర్ సంస్కృతం లో ప్రసిద్ధమైన "ముకుందమాల" ను రచించారు. ఈయన క్రీ. త 844 – 883 వరకు కేరళ రాజ్యాన్ని పరిపాలించినట్టు తెలుస్తోంది. ఆయన తన ను దేవకీదేవిగా భావిస్తూ కృష్ణుని గురించి శ్లోకాలు రచించేవారు. ఆండాళ్ తనను గోపికగాను, శ్రీ రంగనాధుని కృష్ణుని గాను ఊహించుకుని 30 పాశురములు రచించినది. వాటిని "తిరుప్పావై" అంటారు. దక్షిణ దేశం లో అన్ని వైష్ణవ ఆలయాలలో ధనుర్మాసం

30 రోజులు రోజుకి ఒక పాశురం గానం చేస్తారు. మిగిలిన ఆళ్వార్లు అందరూ కృష్ణుని లీలలు వర్ణిస్తూ చాలా పద్యాలు రచించారు.

ఆది శంకరాచార్యుల వారు కేరళ లో ఉన్న కాలడి అనే గ్రామం లో జన్మించారు. ఆయన క్రీ. శ 8 వ శతాబ్దం లో 32 సంవత్సరాల కాలం జీవించారు. ఆయన 8 ఏట సన్యాసం తీసుకుని ఉత్తరదేశం వెళ్ళి శైవమఠం లో గోవింద భగవత్పా దుల దగ్గర శిష్యరికం చేసి వేదాలు, ఉపనిషదులు, బ్రహ్మసూత్రాలు నేర్చుకున్నారు. ఆయన చాలా స్తోత్రాలు సౌందర్యలహరి, కనకధార, విష్ణు స్తోత్రాలు రచించారు. ఆయన గోవిందాష్టకం లో శ్రీకృష్ణుని లీలలు వర్ణించారు. అచ్యుతాష్టకం లో కృష్ణుని ఎన్ని పేర్లతో (విష్ణు సహస్రనామం లేనివి కొన్ని) పిలవ గలమో చెప్పారు. కృష్ణాష్టకం లో కృష్ణుని ఆభరణాలను, దేవకీ వసుదేవులను, రుక్మిణీ దేవిని, గోపికాలను, తులసి మాతను వర్ణించారు. పాండురంగాష్టకం లో కృష్ణుని పరబ్రహ్మం గా వర్ణించారు. జగన్నాధాష్టకం లో కాళింది నది దగ్గర ఉపవనాలలో గోపికలతో రాసలీల లో తేలుతున్నట్టు వర్ణించారు. ఆయన తన గురించి ఏమి అడగలేదు. జగన్నాధుని కనుసన్నలలో ఉండేడట్టు కనికరించమని అర్థించాడు (జగన్నాధ స్వామి నయనపథగామి భవతు మే). నారాయణ స్తోత్రం లో రాముని, కృష్ణుని, నరసింహుని గురుంచి వర్ణించారు. నారాయణ సూక్తం కూడా రచించారు.

పాపనాశం శివన్ (1890-1973) అనే తమిళకవి తమిళనాడు లోని తంజావూర్ ప్రాంతమునకు చెందిన వారు. ఆయన గొప్ప వాగ్గేయకారుడు. ఆయన ఎక్కువ తమిళంలో, 40 పైన సంస్కృతం లో, 1 టి తెలుగు లో ను రచించారు. అది వాలజీ రాగం లో "నను బ్రోవ నీకేమి "అనే కృతి. ఆయన అంబ గురుంచి ఎక్కువ కీర్తనలు రచించారు. బాలకృష్ణుని గురుంచి ధన్యాసి లో, కాపీ లో ను

రచించారు. ఇందులో "ఎన్న తవం సెయితనై యశోద.." అనే కీర్తనను కాపీ రాగం లో S. P. రమేశ్ అనే గాయకుడు చాలా భావయుక్తం గా ఆలాపించారు. ఆ కృతి లో ని భావంను "అమ్మా యశోదా ఏమి తపస్సు చేసావో? 14 భువనాలను సృష్టించిన పరబ్రహ్మమును రోటికి కట్టావు, ఆయన చేత క్షమాపణ చెప్పించుకున్నావు, లాలి పాటలు పాడావు. నీ అదృష్టానికి బ్రహ్మ, ఇంద్రాదులు ఈర్ష్యపడ్డారు. ఎంతో కష్టపడితేగాని సనకసనందాదులకు కూడా దొరకని అదృష్టం నీవు తల్లివి అగుట వలన సులభంగా లభ్యమైంది.

ఎంత అదృష్టవంతురాలవో తల్లి యశోద "ఆలకించువారికి వినసొంపు కలిగింది. మహారాజ స్వాతి తిరునాళ్ కృతి "కృష్ణ కరుణా.. "ఆనంద భైరవి రాగం లో రచించారు. అందులో మహారాజవారు "స్త్రీల వలన సంసారంఅనే చెరసాలలో బంధింపబడిన ఆయనను విముక్తి చెయ్యమని "ఎంతో దీనగా వేడుకున్నారు. ఈ కృతిని యేసుదాసుగారు అంత దీనంగాను ఆలపించి ఆ కృతికి విలువ తెచ్చారు.

కేరళ లో "గురువాయూర్" అనే కృష్ణుని దివ్యక్షేత్రం సుమారుగా 5000 సం క్రిందట దేవతల వాస్తుశిల్పి విశ్వకర్మ చేత నిర్మింపబడినదని స్థలపురాణం లో పేర్కొనబడింది. శ్రీకృష్ణుల వారు నిర్దేశించుట చేత ఆయన నిర్యాణాంతరమ్ (ద్వారకా మునిగిపోయే ముందు) గురువు, వాయువు ఆయన పూజించిన మూర్తిని ఆయన నిర్దేశించిన ప్రదేశములో ప్రతిష్టించారు. వారిద్దరి చేత ప్రతిష్టింపబడుట వలన ఆ మూర్తి" గురువాయూర్ కృష్ణుడు "అని, ఆ గ్రామము గురువాయూర్ (గురువు, వాయువు) అని ప్రసిద్ధి చెందినాయి. నారాయణ భట్టతిరి (1560-1646) అనే పండితుడు చిన్నతనం లోనే వ్యాకరణం లో, ఖగోళశాస్త్రం లో, గణితంశాస్త్రం లో

ను ప్రావీణ్యం సంపాదించారు. గురుదక్షిణగా ఆయన గురువుగారి భరించలేని వ్యాధిని తను తీసుకున్నారు. వ్యాధి విముక్తి కోసం గురువాయూర్ వచ్చి కృష్ణుని మందిరం లో ప్రతి రోజు 1 దశకం (10 శ్లోకాలు) తో విష్ణువుని స్తుతించేవారు. ఆలా 100 దశకాలు పూర్తి అయ్యేటప్పటికి (ఆఖరి శ్లోకం "ఆయురారోగ్య సౌఖ్యం") ఆయన వ్యాధి నయమైంది. భాగవత పురాణం ఆధారంగా మత్స్యం నుంచి మొదలు పెట్టుటవలన ఈ కావ్యము "నారాయణీయం" అనే పేరుగాంచింది. ఈ కావ్యమును 27 వయస్సు లో సంస్కృతం లో రచించారు. ఇందులో 1036 శ్లోకాలు రచించారు. ఇందులోని 100 దశకం లో 10, 11 శ్లోకాలను "యోగీన్ద్రనామ్" అనే పేరుతో ప్రాచుర్యం గావించారు. దీనిని యేసుదాసుగారు చాలా సభలలో గానం చేసి సభ్యులను ఆశీర్వదిస్తారు. రవి వర్మన్ తంపి (ఇరఇమ్మన్ తంపి) (1782-1856) స్వాతి తిరునాళ్ మహారాజు వారి రాజసభలో సంగీత విధ్వాంసుడు గా ఉండేవారు. ఆయన చాలా కృతులు రచించారు. అందులో "కరుణ చేయ్యాన్ ఎందు తామసం కృష్ణ..." (అంత కోపం ఎందుకయ్యా, ఎంత ప్రార్థిస్తున్న నా మీద దయ చూపుట లేదు..) అనే అర్థం కలిగేటట్టు మలయాళం లో శ్రీ రాగం లో దీనంగా ప్రార్థిస్తున్నారు. అయితే ఆ కృతిని చెంబై వైద్యనాథ్ భాగవతార్ గారు యెదుకుల కాంభోజి లో కి మార్చారు. అప్పటి నుంచి అందరూ ఆ రాగం లోనే గానం చేస్తున్నారు. యేసుదాసు గారు ఈ కృతిని చాలా భావయుక్తం గా గానం చేశారు. యేసుదాసు గారు ప్రపంచానికి తెలియని మలయాళ వాగ్గేయకారుల కృతులను ప్రపంచము లోని సంగీతాభిమానులందరికి పరిచయం చేశారు.

ముత్తుస్వామి దీక్షితార్ (1775-1835క్రీ. శ) "బాల గోపాల "అనే కృతిని భైరవి రాగం లో రచించారు. ఇందులో "రాక్షసులని సంహరించుట, ద్రౌపదిని మానరక్షణ, కురుక్షేత్ర యుద్ధం లో

కౌరవులను పాండవుల చేత సంహరింపచేసి, వారిని రక్షించుట "గురుంచి వర్ణించారు. ఈ కృతిని చాలామంది గాయక, గాయకీ మణులు అందరూ అద్భుతంగా గానం చేశారు. తమిళంలో "ఊతుక్కుడి వెంకట కవి " (1700-1760) కృష్ణుని చాలా కృతులు రచించారు. వాటిలో చాలా కృతులకు నృత్యం కూడా జతపరిచేవారు. ఆయన కృతులలో "విషమకర కణ్ణన్ "అనే జానపద కృతి నాట రాగం లో రచించగా, అరుణ సాయిరాం గారు బాగా హావభావాలు ప్రదర్శించి గానం చేశారు. ఈ కృతిలో కృష్ణుడు చేసిన నృత్యం, గోపికలను ఏడిపించడం, వెన్న తినడంలాంటి విషయాలను బాగా మనస్సుకు హత్తుకునేటట్టు వివరించారు. "తాయే యశోద.." అనే కృతిలో గోపికలందరు యశోదాదేవిని పిలిచి కృష్ణుడు వారివారి ఇండ్లలో చేస్తున్న అల్లరి గురించి నేరాలు చెప్పుతున్నట్టుగా రచించారు. ఈ కృతి రాస్తున్నప్పుడు ఆయన ఎదురుకుండ బాల కృష్ణుడు నృత్యం చేశాడని ఒక కథ ప్రచారం లో ఉంది. ఈ కృతిని చాలామంది గానం చేశారు. అయితే యేసుదాసుగారి గానం ఎక్కువ బాగుంది."తాయే యశోద.. జాలత్తి కేలది తాయే "అన్న కృతి లో "జాలత్తి కేలది తాయే "అన్న చోట చాలా భావం ప్రదర్శించారు.

ఆది శంకరాచార్య (788-820 క్రీ. శ) అద్వైతమతం (జీవాత్మ, పరమాత్మ ఒక్కటే) అని ప్రచారం చేశారు. రామానుజాచార్యులు (1017-1137 క్రీ. శ) విశిష్టాద్వైత మతం (పరమాత్మ ఒక్కడే) అని ప్రచారం చేశారు. మధ్వాచార్య (1238-1317 క్రీ. శ) ద్వైతమతం (జీవాత్మ, పరమాత్మ రెండు వేరు) అని ప్రచారం చేశారు. ఉదా: మనిషి, ఆహారం ద్వైతం, మనిషి నోటిలో ఆహారం అద్వైతం, ఆహారం జీర్ణం అయ్యాక విశిష్టాద్వైతం. చాలామంది వాగ్గేయకారులు భగవంతుని రూపాలని సగుణ, నిర్గుణ భావనతో కృతులు రచించారు. ఉదా:దీక్షితార్ కృతి, సంతాన రామస్వామినమ్, సగుణ,

నిర్గుణం స్వరూపం భజే. సదాశివబ్రహ్మేంద్ర 18 క్రీ. శ తమిళనాడు లోని కుంబకోణం లో నివసించారు. తమిళుడైనప్పటికి ఆయన అన్ని రచనలు సంస్కృతం లోనే రచించారు. అందులో ముఖ్యంగా హిందోళ రాగం లో "భజరే గోపాలం", పీలు రాగం లో "భజరే యదునాథం", మధ్యమావతి లో "కృష్ణ పాహి" అనే కృతులు రచించారు. ఆయన కృతులను మంగళంపల్లి బాలమురళి కృష్ణ గారు భక్తి రంజని లో గానం చేసి చాలా ప్రాచుర్యం చేసారు. కంచికామకోటి పీఠాధిపతి "చంద్రశేఖరేంద్ర సరస్వతి స్వామి" కృష్ణుని అంబగా ఆరాధించారని ఒక ప్రవచనంలో వినడం జరిగింది.

శివుని తలపైన చంద్రుని ధరించుట వలన ఆయన (శివుని) కు "ఉడుప" అని పేరు. అటువంటి విగ్రహం ఉన్న దేవాలయం కర్నాటక లోని ఒక ప్రాంతం లో ఉన్నది. అందుకని ఈ ప్రాంతమునకు ఉడుపి అని పేరు పెట్టారు. సముద్రతీరం లో మధ్వాచార్యులు "ద్వాదశ స్తోత్రం" రాయడానికి ప్రయత్నం చేస్తుండగా ఒక ఓడలో ఉన్న చందనం ముద్దలో నుండి బాలకృష్ణుని విగ్రహం లభించింగా ఆయన ఆ విగ్రహమును శ్రీ కృష్టమఠం లో ప్రతిష్టించి, 12 నామాలతో ద్వాదశ స్తోత్రం పూర్తి చేశారు. ఒకసారి తక్కువకులపు వాడైన "కనకదాసు "అనే కృష్ణ భక్తుని దేవాలయము లోకి ప్రవేశనియ్యకపోతే, కృష్ణ విగ్రహం కనకదాసు నిల్చున్న కిటికీ వైపు తిరిగి కనకదాసుకి దర్శనం ఇచ్చారు. అందువలన ఆ కిటికినీ "కనకన కింకిణి "అని కనడం లో అంటారు. ఇప్పుడు కూడా భక్తులు అందరూ ఆ కిటికీ నుంచే దర్శనం చేసుకోవాలి. వ్యాసరాయ (1460-1539 క్రీ. శ) మధ్వాచార్యుని శిష్యులు. విజయనగర సామ్రాజ్యాన్ని పాలించిన రాజుల కొలువులో పోషక కవి గా ఉండేవారు. ఆయన కన్నడం లో యమన్ కల్యాణ్ రాగం లో రచించిన (కృష్ణ నీ బెగనే బారో..)

అనే కృతి చాలా ప్రసిద్ధి పొందింది. ఇందులో "యశోదాదేవి కృష్ణుని తొందరగా (బెగ) వచ్చి (బారో) ముఖం తోరో (చూపించు) అని" చెప్తున్నారు. ఈ కృతిని హరిహరన్ అద్భుతంగా గానం చేశారు.

పురందరదాసు (1484-1564 క్రీ. శ) కర్నాటక లో బాగా ధనవంతుడైన వజ్రాల వ్యాపారి. ఆస్తి మొత్తం దానం చేసి హరిదాసత్వం స్వీకరించారు. ఆయన కాపీ రాగం లో రచించిన "జగదోద్ధారణ అడిసిదళే యశోద..." అనే కృతిని M. S. సుబ్బులక్ష్మి గారు 1966 అక్టోబర్ 23 తేదీ నాడు యునైటెడ్ నేషన్స్ లో గానం చేశారు. ఈ కృతి లో పురందరదాసు "కృష్ణుడు పరబ్రహ్మము ఐనా, పర వాసుదేవుడైనా తల్లి ఐన యశోదాదేవికి పుత్రుడే "అని వివరించారు. సుబ్బులక్ష్మి గారు గానం లో అంత భక్తి భావం ప్రదర్శించారు. కైవార అమర నారాయణ గారు (1730-1840 క్రీ. శ) శ్రీకృష్ణుని గురుంచి "శ్రీకృష్ణ అను నామమంత రుచి సిద్ధించెను నా కేన్నటికో..." అని రచించిన కీర్తనను బాలమురళికృష్ణగారు భక్తి రంజని విజయవాడ కార్యక్రమం లో అద్భుతంగా గానం చేశారు.

పురాణాలన్నింటిలోకి వ్యాసులవారి భాగవతం చాలా రమ్యమైనది, గొప్పదిగా భావింపబడ్డది. పద్మపురాణం లో శ్రీమద్భాగవతం సాక్షాత్ భగవత్స్వరూపముగా భావింపబడ్డది.

తమాదిదేవం కరుణానిధానం, తమాలవర్ణం సుహితావతారం
అపారసంసార సముద్రసేతుమ్, భజమహే భాగవతస్వరూపం |

దీనిని పోతనామాత్యులవారు (1450-1510 క్రీ. శ) తెలుగులో రచించారు. శ్రీ రాముడు భాగవతం తెలుగు లో రచించమని పోతన ని స్వప్నం లో దర్శనం ఇచ్చి ఆదేశించగ, పోతన మొట్టమొదట రాసిన పద్యం

పలికెడిది భాగవతమట
పలికించెడి వాడు రామభద్రుండట
నే పలికిన భవహర మగునట
పలికెద వేరొండు గాథ పలుకగనేలా

అంటూ రాముని స్తుతించారు. పోతన దశమస్కందం లో శ్రీ కృష్ణుని జననం నుంచి రుక్మిణీ కళ్యాణం వరకు వివరించారు. పోతనామాత్యులు ఈ పద్యం లో

నల్లనివాడు పద్మనయనంబులవాడు కృపారసంబు పై
జల్లెడువాడు మౌళీపరిసర్పిత పింఛమువాడు నవ్వు రా
జిల్లెడు మోము వాడోకడు చెల్వల మానధనంబు, దేచ్చెనో
మల్లియలార మీ పొదల మాటున లేదు గదమ్మ చెప్పరే |

కృష్ణుని గోపికలు మల్లెపొదల మాటున ఆతురతతో వెదుకుటను సులభమైన తెలుగు భాషలో తేట తెలుగు పదములతో తేనెలుఒలుకుతున్నట్టు వర్ణించారు.

అన్నమాచార్యులు (1408-1503 క్రీ. శ) తెలుగు, సంస్కృతం లో కృష్ణుని పైన, రాముని పైన, తిరుమల వెంకటేశ్వరుని పైన సంకీర్తనలు రచించారు. ఆయన “ముద్దుగారే యశోద...” అనే కృతి కూరింజి రాగం లో తెలుగులో రచించారు. ఆ కృతి లో రుక్మిణీ దేవి కి, కాళింది సర్పమునకు, వెంకటాచలపతికి ధరించిన ఆభరణములను వివరించారు. ఆయన “భావయామి గోపాలబాలం..” అనే కృతి యమన్ కల్యాణ్ రాగం లో సంస్కృతం లో రచించారు. ఇందులో కృష్ణుని యొక్క పరబ్రహ్మ తత్వం గురించి, కృష్ణుని దుస్తులు, ఆభరణాలను వర్ణిస్తూ రచించారు. ఆయన కృతులను బాలకృష్ణ

ప్రసాద్, శోభరాజ్, మరి కొంతమంది గాయకులు అద్భుతంగా గానం చేసి వాటిని చాలా పైకి తీసుకొచ్చారు.

నారాయణ తీర్థులు (1650-1745 క్రీ. శ) ఆంధ్రదేశములో నివసించిన తెలుగు కవి. ఆయన "శ్రీ కృష్ణ లీలా తరంగిణి "అనే నృత్య నాటికను సంస్కృతం లో రచించారు. అందులో బాలకృష్ణుడి అల్లరి మొదలు రుక్మిణీ కళ్యాణం వరకు రచించారు. "గోవర్ధన గిరిధరి.." అనే తరంగమును పాశ్చాత్యుడైన "జాన్ హిగ్గిన్స్ భాగవతార్ "ఎంతో భావయుక్తంగా, స్వచ్ఛమైన పలుకులతో ఆలపించి, ఎంతోమంది గాయకులను, సంగీతాభిమానులను మెప్పించి ప్రసంశలు పొందారు. క్షేత్రయ్య (1600-1680 క్రీ. శ) ఆంధ్రప్రదేశం లోని మువ్వ గ్రామానికి చెందిన వ్యక్తి. ఆయన మధురభావన తో కృష్ణుని పైన కీర్తనలు, పదములు రచించారు. ఆయన పదములు నాయకి జీవునిగా, నాయకుడు పరమాత్మగా ను వర్ణిస్తూ మధురంగా పొందుపరిచారు. ఆయన సుమారు 4000 పదములు రచించారు. ఆయన పదములను భరత నాట్యమునకు, కూచుపుడి నృత్యంనకు ప్రదర్శనలు ఇస్తారు. సంగీత కచేరీలలో మంగళంపల్లి బాలమురళి కృష్ణ, నూకల చినసత్యనారాయణగారు మొదలగువారు ముగ్ధమనోహరంగా ఆలపించారు. ఆయన పదములకు మువ్వ గోపాల అనే ముద్ర ఎంచుకున్నారు.

సంస్కృతంలో "కుసిలవ" అంటే "ఊరు, ఊరు తిరిగే నాట్యకళాకారులు". ఆంధ్రప్రదేశ్ లో విజయవాడ దగ్గర ఉన్న కుచేలపురం అనే గ్రామం "కూచుపుడి "గా మార్పుచెందింది. ఈ కుచేలాపురం "కుసిలవ – పురం" అని సంస్కృతం నుండి తీసుకోబడ్డది. సంస్కృతం లో "కుసిలవ" అంటే "ఊరు, ఊరు తిరిగే నాట్యకళాకారులు "కుసిలవ –పురం అంటే "నృత్య కళాకారుల గ్రామం "అని అర్థం. నారాయణ

తీర్థుల వారి శిష్యుడైన "సిద్ధేంద్ర యోగి "తంజావూరునుంచి వచ్చి కూచిపుడి (కుచేలపురం) లో స్థిరపడి అక్కడ బ్రాహ్మణ మొగపిల్లలకు నాట్యం నేర్పి నాట్యం ను పునరుద్ధరించారు. అప్పటి నుంచి ఆ నాట్యానికి కూచుపుడి నాట్యం అనే పేరు స్థిరపడింది. ఈ నాట్యం లో "భామాకలాపం "పేరుపొందిన నాట్య -రూపకం. ఇందులో సత్యభామ శ్రీకృష్ణుని కోసం అనుభవించే విరహం ని చక్కని హావభావాలతో ప్రదర్శిస్తారు. దిగజారిపోతున్న భారత దేశపు శాస్త్రీయ నృత్యకళను పునరిద్ధరించాలని అమెరికన్ నృత్య కళాకారిణి ఎస్తర్ షెర్మన్ (Ester Sherman) 1930 భారత్ కు వచ్చి రాగిణి దేవి గా పేరు మార్చుకుని స్తిరపడ్డారు. ఆమె కూతురు ఇంద్రాణి బాజ్ పై (ఇంద్రాణి రెహ్మాన్) కూచుపుడి నృత్యాన్ని నేర్చుకుని, వృద్ధి లోకి తెచ్చి మంచి కళాకారిణిగా పేరు తెచ్చుకున్నారు. ఈమె, యామినీ కృష్ణమూర్తి, శోభానాయుడు మొదలగువారు ఈ నృత్యాన్ని దేశవిదేశాలకు విస్తరింపచేశారు.

**మధ్య భారత దేశం:** మధ్య భారత దేశం లో కృష్ణుని వర్ణిస్తూ చాలా మంది కవులు చాలా గీతాలు రచించారు. అందులో పండరి వితలుని (విఠోబా) కృష్ణునిగా వర్ణిస్తూ నామదేవుడు, తుకారాం, జ్ఞానేశ్వర్ లాంటి కవులు చాలా కృతులు సంస్కృతం లో, మరాఠీ లోనూ రచించారు. మరాఠీ లో వాటిని అభంగాలు అంటారు. పండరిపురం లో కృష్ణుడు ప్రతిష్టింపబడడానికి ఒక కథ ప్రచారం లో ఉంది. పుండరీకుడు అనే యువకుడు తల్లితండ్రులను, భార్యను నిర్లక్ష్యం చేసి చెడు అలవాట్లకు బానీస అయినాడు. కొంతకాలానికి తన తప్పు తెలుసుకొని తల్లితండ్రులకు సేవచేయుట వలన కృష్ణుడు అతనికి దర్శనమిచ్చి ఆ ప్రదేశం లోనే విఠోబా గా అవతరించాడు. అక్కడ విఠోబా విగ్రహం ఇటుక మీద నిల్చున్నట్టు గా ప్రతిష్టింపబడ్డది. జ్ఞానేశ్వర్ (1275-1296 క్రీ. శ) వ్యాసులవారు రచించిన భాగవద్గీతను మరాఠీ

భాషలో కి అనువదించారు. మహారాష్ట్రులు "జ్ఞానేశ్వరి "ని చాలా పవిత్రగ్రంథం గా భావిస్తారు. ఆయన "అమృతానుభవ్" (అమృతం యొక్క అనుభవం) అనే గ్రంధాన్ని కూడా రచించారు. జ్ఞానేశ్వర్ కి పూనా కి దగ్గరగా ఉన్న "ఆళంది "అనే గ్రామం లో మందిరం కట్టారు.

నాందేవ్ (1270-1350 క్రీ. శ) అనే కవి మరాఠీ భాషలో కృష్ణుని గురుంచి అభంగాలు రచించారు. ఆ అభంగాలను కొండవీటి జ్యోతిర్మయి నాదనీరాజనమ్, svbc చానల్ లో ఆలాపించారు. "భజన అనే అంగడి లో దొరికేది అంతా భక్తే "అని ఎంతో భావయుక్తం గా నిర్వచించారు. జ్ఞానేశ్వర్ చెల్లెలు ముక్తాబాయి కూడా కొన్ని అభంగాలు రచించారు. భక్త తుకారాం (17 క్రీ. శ) కృష్ణుని గురించి అభంగాలు, సంప్రదాయ కీర్తనలు రచించారు. ఏకనాథుడు (1533-1599 క్రీ. శ) అనే సన్యాసి వ్యాస భాగవతాన్ని మరాఠి భాషలోకి అనువదించారు. దానిని ఏకనాథ భాగవతం అంటారు. నింబారకఆచార్య (12 క్రీ. శ) వైష్ణవ భక్తుడు. ఆయన ద్వైత, అద్వైత మతం ప్రచారం చేశారు. ఆయన రాధాకృష్ణ భక్తుడు. ఆయన నింబారక వైష్ణవ సాంప్రదాయాన్ని మొదలుపెట్టారు. ఆయన కవిత్వం రాయలేదు. నింబారక వైష్ణవుడైన స్వామి శ్రీ భట్టు (1595-1625 క్రీ. శ) బ్రిజ్ (యాదవుల) భాష లో "కృష్ణ కోష్" (రాధా కృష్ణ లీలలు) అనే పాటలు రచించి సగుణలీలను ప్రచారం చేశారు. నింబారక సంప్రదాయ లో రాధాకృష్ణలు ఇద్దరు ఒక్కటే, వేరు కాదు అని భావిస్తారు.

తాంసేన్ (1500-1586 క్రీ. శ) అక్బర్ మహారాజు సభలో నవరత్నాలలో ఒకరు. ఆయన మధ్యప్రదేశ్ కి చెందినవారు. ఆయన హిందుస్తానీ సంగీత విధ్వాంసుడు, స్వరకర్త, వాయిద్యకర్త. ఆయన బ్రిజ్ (యాదవుల) భాష లో కృష్ణుని సాహిత్యము, కీర్తనలు

రచించారు. తాంసేన్ (1943) సినిమా లో K. L. Saigal అనే నటుడు తాంసేన్ గా నటించి పాటలు కూడా తానే పాడారు. తాంసేన్ మేఘమల్హార్ రాగం పాడి వర్షాలు కురుపించేవారని, దీపక్ రాగం పాడి దీపాలు వెలిగేటట్టు చేసేవారని కథలు కథలు గా చెప్పుకునేవారు.

విద్యాపతి (1352-1448 క్రీ. శ) బిహార్ (భారత దేశం) రాష్ట్రం లో నివసించేవారు. ఈ రాష్ట్రం లో జనక మహారాజు పాలించిన మిధిలానగరం లో మైథిలి భాష వాడుకలో ఉండేది. ఆయన మైథిలి భాషలో, సంస్కృతం లో కావ్యాలు రచించారు. ముఖ్యంగా ఆయన బ్రజుబులి (మైథిలి) భాష లో శ్లోకం రూపం లో రచించిన "రాధాకృష్ణ లీలలు "చాలా ప్రాముఖ్యత సంపాదించుకున్నాయి.

పురాణాలలో చెప్పబడిన కధనం లో ఒరిస్సా రాష్ట్రం లో ఉన్న పూరీ పట్టణం లో మొట్టమొదటి జగన్నాధుని మందిరం, మహాభారత మూలపురుషుడైన భరతుని పుత్రుడైన ఇంద్రద్యుమ్న మహారాజు చేత నిర్మించడమైనది అని వివరించబడ్డది. ప్రస్తుతం ఉన్న మందిరం (12 క్రీ. శ) అనంగ భీమ దేవుడు అనే మహారాజు నిర్మించాడు. ఇక్కడ మూడు దార దుంగలతో బలరాముడు, శ్రీ కృష్ణుడు, సుభధ్ర విగ్రహములను ప్రతిష్టించారు. (దేవకీ వసుదేవులకు జన్మించిన 8 వ బాలిక అయిన మహామాయ కంసుడి చేత చంపబడి, మధురకు తిరిగి వచ్చిన రోహిణి, వసుదేవులకు సుభద్ర అనే పేరుతో పుత్రికగా జన్మించి బలరామ, కృష్ణులకు తోబుట్టువు అయింది: పద్మ పురాణం నుండి గ్రహింపబడినది). ఇక్కడ శ్రీ కృష్ణుని జగన్నాధుడు అని పిలుస్తారు (జగన్నాధుడు=జగం+నాధుడు=భూమి +భరించేవాడు). ఇక్కడ జగన్నాధుని వైష్ణవులు కృష్ణునిగాను, శైవులు భైరవుని (శివుడు) గాను భావిస్తారు. శ్రీ ఆది శంకరాచార్యులవారు సంస్కృతం లో జగన్నాధ అష్టకమ్ రచించారు. భక్త జయదేవ్ (12 క్రీ. శ) ఒరిస్సా

లో జన్మించారు. ఆయన రాధా కృష్ణ ప్రేమను "గీత గోవిందం" అనే కావ్యంగా సంస్కృతం లో రచించారు. తెలుగులో "భక్త జయదేవ్ "సినిమాలో చాలా కృతులను ఘంటసాల గారి చేత పాడించారు. ఆయన రచనలలో కొన్ని"రాధికా కృష్ణ రాధికా....", "యా రమితా వనమాలిన...", "సావిరహే తవ దీనా రాధా..." అనే కృతులు జనరంజకమైనాయి. వాటిని ఘంటసాల గారు, భానుమతి రామకృష్ణ గారు అధ్భుతంగా గానం చేశారు. "నిజగాదస యదునందన..." అనే గీతాన్ని మంగళంపల్లి బాలమురళీకృష్ణ గారు ఎంతో భావంతో ఆలపించి అభిమానులని మంత్ర ముగ్ధులను చేశారు. ఒరిస్సా రాష్ట్రం లో ఒడిస్సి నృత్యం చాలా పేరు పొందింది. వారు జయదేవుని గీత గోవిందం లోని రాధా కృష్ణుని ప్రేమ గీతాలను మంచి హావభావాలను ప్రదర్శించి నృత్యం చేస్తారు.

బాలీవుడ్ సంగీత దర్శకుడు రవీంద్ర జైన్ (1944-2015) పుట్టు గుడ్డివారు. ఆయన కృష్ణ భజనలకు సంగీతం సమకూర్చారు. హేమమాలిని గారు నృత్యం చేసి సమర్పించిన నృత్య రూపకమైన "రాధా కృష్ణ "కు సంగీతం సమకూర్చారు. ఆయన సమకూర్చిన కొన్ని కృష్ణుని భజన గీతాలను "అనూప్ జలోట "అనే గాయకుడు అధ్భుతంగా ఆలపించారు.

**తూర్పు భారతం:** శంకరదేవ (1449-1568 క్రీ. శ) అనే అస్సాం చెందిన కవి అస్సామీ భాషలో కృష్ణుని గురించి పద్యాలు, భక్త ప్రదీపిక, రుక్మిణీ హరణం అనే కావ్యాలు రచించారు. భాగవతం చదివాక శ్రీ కృష్ణుడు ఒక్కడే భగవంతుడు అని గ్రహించి "కీర్తన ఘోష" అనే కావ్యాన్ని రచించారు. మహమ్మదీయుడైన "గరీబ్ నివాజ్ "అనే రాజు (1710-1734 క్రీ. శ) 20 సం రాజ్యం పరిపాలించి

వైష్ణవమతాన్ని స్వీకరించి, ఆయన పరిపాలించిన 20 సం ఆచరణలో పెట్టారు. మణిపుర్ లో వైష్ణవులు "రాధా కృష్ణు" లను పూజిస్తారు.

బెంగాళీయుడైన "చైతన్య మహా ప్రభు" (1486-1534 క్రీ. శ) గౌడీయ వైష్ణవ మతం స్థాపించారు (ప్రస్తుతం బెంగాల్, బంగ్లాదేశ్ ప్రాంతాలని గౌడీయ ప్రాంతం అంటారు). ఈ మతం లో కృష్ణుడు ఒక్కడే పరమాత్మ. "స్వయం భగవాన్" అనే ఉద్దేశం ప్రస్ఫుటమౌతుంది. భాగవత పురాణం, భగవద్గీత ఆధారంగా "భక్తి యోగ " (భగవంతుని పై ప్రేమ పరమైన భక్తి లేక ఉపాసన) అనే సిద్ధాంతం ప్రతిపాదించాడు. ఆయన "హరే కృష్ణ "మంత్రాన్ని దేశం నలుమూలలకు వ్యాపింపచేశాడు. తల్లితండ్రులు ఆయనకు పెట్టిన పేరు విశ్వంభర. చిన్న వయస్సు లోనే ఆయన సంస్కృతం నేర్చుకుని పండితుడు అయ్యాడు. కొంతకాలానికి గురువైన "ఈశ్వర్ పూరి" గయ లో "గోపాల కృష్ణ "మంత్రం ఉపదేశించడం వలన ఆయనకు కృష్ణ భక్తి పెరిగి, ఎక్కువగా కృష్ణుని నామం స్మరించుట, జపించుట, పాటలు పాడుట, నృత్యం చేయుట చేసేవారు. మరి కొంతకాలానికి "కేశవ భారతి "అనే గురువు దగ్గర సన్యాసం స్వీకరించిన తరువాత "చై తన్య మహా ప్రభు" గా పేరు మార్చబడ్డది (చైతన్యము కలిగిన గొప్ప ప్రభువు). ఆయన భారత దేశం నలుమూలల (తూర్పు, దక్షిణం, పడమర, ఉత్తరం) ప్రయాణించి, అన్ని ప్రాంతములలో వైష్ణవమతము గురించి క్షుండ ము గా తెలుసుకుని, అర్థం చేసుకుని, కొంతకాలం బృందావనం లో నివాసించారు. "బృందావనం "అంటే "రాధా కృష్ణు" లు నివశిస్తున్న పవిత్ర ప్రదేశం (ఇప్పటికీ అక్కడ 12 ఏళ్ల వయస్సులో ఉన్న రాధా కృష్ణులు తిరుగుతూ, ఆడుతూ, పడుతూ ఉంటారని అందరూ చెప్పుతు ఉంటారు). రాధా కృష్ణులు సంచరించిన ప్రదేశములు 5500 సం క్రిందట కట్టినవి (అడవులు, నదులు చిత్రీకరించిన ఫల ములు కలిగిన మందిరములు 5000

సం కలిగినవి, బృందావనము యొక్క తత్త్వమును తెలియ చెప్పే చిత్రములు, శిల్పములు) ప్రదర్శింపబడుతున్నాయి. 13-14 క్రీ. శ శతాబ్దములలో వైష్ణవమత ప్రాధాన్యత తగ్గిపోవుట వలన ఆయన తిరిగి 1515 శ లో బృందావనం వచ్చి రాధా కృష్ణ మందిరములను పునరిద్ధరించారు. ఆయన అలౌకికమైన ఆధ్యాత్మిక శక్తి కలవాడగుట వలన, రాధా కృష్ణులు విహరించిన ముఖ్యమైన ప్రదేశములు, సప్త దేవాలయములు తెలుసుకొనగలిగారు.

ఆయన జన్మించిన గ్రామం "మాయాపూర్ " (పె. బెం, ఇండియా, కలకత్తాకు 130 కి. మీ దూరం లో ఉన్న నవద్వీప్ దగ్గర) లో "గౌరి-కుండ్ "అనే ఒక యోగపీఠం 1880 క్రీ. శ లో భక్తి వినోద ఠాకూర్ (1838-1914 క్రీ. శ) అనే చైతన్య మహా ప్రభు భక్తుడు నిర్మించాడు. రాధా కృష్ణులు ఒకరే, ఇద్దరు కాదు, వేరువేరు కాదు, స్త్రీ, పురుషులు కాదు. వారు భగవంతుని యొక్క తత్త్వము. చైతన్య ప్రభు యొక్క జ్ఞాన మీమాంస, వేదాంత, సత్యా విచారములు కలిపి "పది మూలములు " (దస్ మూల) (మూల=వేళ్ళు) గా సంగ్రహించారు. ఇవి అన్ని వేదాంత గ్రంథముల నుండి గ్రహింపబడినవి.

1. కృష్ణుడే నిజమైన సంపూర్ణ సర్వాధికారుడు.
2. కృష్ణుడే సర్వశక్తులు ప్రసాదిస్తాడు.
3. కృష్ణుడే వేదాంత సముద్రము.
4. కృష్ణుని యొక్క విడివిడి భాగములే వ్యక్తిగతఆత్మలు (ఆత్మలు).
5. నిర్బంధ స్తితిలో (తథాస్తు స్తితి వలన) జీవులు శరీరం యొక్క ప్రభావం లో ఉంటారు.
6. విముక్త స్తితి లో (తథాస్తు స్తితి వలన) జీవులు శరీరం యొక్క ప్రభావం నుంచి బయటపడి స్వేచ్ఛగా ఉంటారు.

7. జీవులు, భౌతిక ప్రపంచం రెండు భగవంతునితో విడిగాను, ఒకేలాగాను ఉంటాయి.
8. పవిత్ర భక్తి యే జీవుల యొక్క ఆచరణ.
9. పవిత్ర ప్రేమ యొక్కటే కృష్ణుని చేరుటకు అంతిమ లక్ష్యం.
10. కృష్ణుని ప్రేమ యొక్కటే మీరు అందుకునే వరం.

చైతన్య ప్రభు గౌడీయ వైష్ణవ మతం యొక్క మొత్తం తత్వాన్ని "శిష్టాష్టకం" అనే 8 శ్లోకములు గల ప్రార్ధన గీతం లో సంగ్రహం గా విశదీకరించారు. ఆ గీతం సంస్కృతం లో రచించారు. అందులో సంకీర్తనం, కృష్ణ నామస్మరణ జపం యొక్క గొప్పతనం వివరించారు. ఆయన "తనకి ఏమి అక్కరలేదు, కృష్ణ భక్తి లో ఎలా తాదాత్మమ్ చేయవచ్చో తెలియచెప్పమని "ప్రార్ధించారు. ఆయన శిష్యులలో ఆరుగురైన రూప, సనాతన, గోపాల భట్టు, రఘునాథ్ భట్ట్, రఘునాథ్ దాస్, జీవ మొదలగువారిని గోస్వాములగా తీర్చి దిద్ది గౌడీయ వైష్ణవ మతం ప్రచారం చేసి వృద్ధిలోకి తెచ్చారు. తరువాత వీరు బృందావనమ్ లో స్థిరపడ్డారు. వీరి తరువాత బెంగాల్ లో 19 వ శ లో నివసించిన శ్రీ రామకృష్ణ పరమహంస, భక్తి వినోద్ ఠాకూర్, భక్తి సిద్ధాంత సరస్వతి (20 శ) మొదలగువారు భక్తి మార్గం లో ప్రయాణించారు. స్వామి ప్రభుపాద (1896-1977 క్రీ. శ) పశ్చిమ దేశాలలో వైష్ణవ మతాన్ని ప్రాచుర్యం చేసి I S K C O N – International society of Krishna consciousness స్థాపించారు. చైతన్య ప్రభు పుట్టిన ప్రదేశమైన మాయాపూర్ లో I S K C O N యొక్క ప్రధాన కార్యలయం నిర్మించబడ్డది.

శ్రీ కృష్ణుడే చైతన్య మహా ప్రభువు గా జన్మించారని భాగవతం (1. 7. 13-14) లో చెప్పబడింది. కృష్ణుడు తన మూర్తి తత్వం లో ఉన్న పారమార్ధికత ఎంతో తెలుసుకోవాలని చైతన్యలాగా జన్మించారని

భాగవతం (3. 33. 4) లో చెప్పబడింది. కృష్ణ –భక్తి ని ప్రచారం చెయ్యడం కోసం కృష్ణుడే చైతన్య గా జన్మించారని "చైతన్య చరితామృతం – ఆది లీల "లో చెప్పబడింది. రాధా దేవి యొక్క భక్తి ని తెలుసుకోడానికి కృష్ణుడు రాధా దేవి పాత్రని ఎంచుకుని అందులో లీనమైనాడు అని "చైతన్య చరితామృతం "తెలియచెప్తోంది. చైతన్య ప్రభు శ్రీ కృష్ణుని అవతారం. ఆయనే కృష్ణుడు, ఆయనే రాధా దేవి.

చండీదాస్ (1408 క్రీ. శ) చైతన్య ప్రభు కంటే ముందు కాలానికి చెందినవారు. ఆయన భాగవతమును అనుసరించి "శ్రీ కృష్ణ కీర్తన "అనే గ్రంధం లో రాధా కృష్ణుల యొక్క ప్రేమ తత్వం గురుంచి 1250 పద్యాలు బెంగాలీలో రచించారు. బెంగాల్ లో కృష్ణ భక్తులలో కొంతమందికి కృష్ణుడు దర్శనం ఇచ్చాడని చెప్పగా వినడం జరిగింది. పెద్ద వయసులో ఉన్న ఒక విధవరాలి భక్తికి మెచ్చి బాల కృష్ణుడు గా దర్శనం ఇచ్చి ఆవిడ దగ్గర 3 నెలలు గడిపి ఆవిడని సంతోషపెట్టాడని విన్నాము.

**ఉత్తర భారతదేశం:** మహాభారత కాలంనాటి కాశ్మీర్ లో కొంత ప్రాంతం, అప్పటి నేపాల్ లో ని కొంత ప్రాంతం కలిపి ద్రుపద రాజు యొక్క పాంచాల రాజ్యం ఎర్పడ్డది. ద్రుపద రాజు కృష్ణునకు మిత్రుడు అయినప్పటికి ఆ ప్రాంతం లో కృష్ణునుకి మందిరములు నిర్మింపబడినట్టు ఆధారాలు దొరకలేదు. కృష్ణుడు కంసుని సంహరించుట వలన, కంసుని మామగారైన జరాసంధుడు కృష్ణునితో 17 సార్లు యుద్ధం చేసి ఓడిపోయాడు. ఈ యుద్ధం లో జరాసంధుని బంధువైన కాశ్మీర్ మహారాజు గొనాండ జరాసంధునికి సహాయం చేసి కృష్ణునకు శత్రువు అయ్యాడు. తరువాత పరిపాలించిన రాజులందరు కూడా అతనినే అనుసరించి కృష్ణునితో శతృత్వం పెంచుకున్నారు. ఐతే 9శ లో కాశ్మీర్ ను పరిపాలించిన

అనంతరామన్ అనే మహారాజు కాశ్మీర్ హిందూ ప్రజలలో భగవత్ గీత పారాయణ బాగా ప్రచారం చేశారు. ఐనా ప్రస్తుత కాశ్మీర్ ప్రాంతం లో రాధా –కృష్ణులకు మందిరాలు కట్టబడలేదు. అయితే జమ్మూ ప్రాంతం లో రాధా-కృష్ణ మందిరాలు నిర్మించబడ్డాయి.

"వ్యాస్" అనే సంస్కృత పదానికి "రచయిత "అని అర్థం. ప్రతి చతుర్యుగం లో 3వది అయిన ద్వాపరయుగం లో శ్రీ మహావిష్ణువు వ్యాసుడు గా అవతరించి వేదాలను, ఉపనిషత్తులను రచిస్తారు. ప్రస్తుతం కాలం 28 వ వైవస్వత మన్వంతరం (7 మనువు) లో వ్యాసుని పేరు "కృష్ణ ద్వైపాయన".. ప్రస్తుత యు. పి మరియు నేపాల్ సరిహద్దుల ప్రాంతం లో జన్మించారు. ఆయన వేదాలు, అష్టాదశ పురాణాలు, హరివంశం (కృష్ణుని కథ) రచించారు. ఆయన భాగవత పురాణం మొదట సంస్కృతం లో రచించారు. హింది భాష లో చాలా మాండలికాలు ఉన్నాయి. అందులో బ్రిజ్ భాష (యాదవ భాష), అవధి భాష మొదలగునవి. అయితే కొంతమంది చరిత్రకారులు వ్యాసుడు మొట్టమొదట బ్రిజ్ భాష లో రచించారు అని వివరించారు (ఆయన ఆ ప్రాంతం వారు అగుటవలన), మరి కొంతమంది చరిత్రకారులు సంస్కృతం లోనే మొట్టమొదటగా రచించారు తరువాత మిగిలిన భాషలలోకి అనువదింపబడ్డది అని నొక్కి వక్కాణించారు. భాగవతపురాణం భారత దేశమునకు చెందిన అన్ని భాషలలోకి, వివిధ మాండలికములలోను అనువదింపబడ్డది. అంతే కాక యూరోపియన్ భాషలలోకి అనువదింపబడ్డ మొట్టమొదటి పురాణం. అందులో ఫ్రెంచ్ భాషలో 1840-1857 క్రీ. శ లో 3 అనువాదాలు రచించబడ్డవి.

మహాభారత యుద్ధం జరిగిన ప్రాంతం అయిన "కురు- క్షేత్రం "ఢిల్లీ కి 100 కి, మీ దూరం లో, హరియాణ రాష్ట్రం లో ఉంది కురుక్షేత్రం సరస్వతి నది ఒడ్డున ఉండేది. నది 1900 క్రీ. పూ ఎండిపోయింది

అని చరిత్రకారులు వివరించారు. ఆ ప్రాంతాన్ని కురు మహారాజు ధర్మంగా పరిపాలించి ఆ ప్రాంతాన్ని ధర్మ క్షేత్రంగా మార్చాడు. ఆయన 100 యాగాలు చేసి 2 కోరికలు సంపాదించు- కున్నాడు. 1. ఆ ప్రాంతం కురు –క్షేత్రం గా పేరు పొందేడట్లు, 2. ఆ ప్రాంతం లో మరణించిన వారికి స్వర్గ ప్రాప్తి ప్రసాదింపబడేడట్లు. అందుకనే మహాభారత యుద్ధానికి ఈ ప్రాంతం కృష్ణుడు నిర్ణయించాడు. కృష్ణుడు అర్జుననకు "భగవద్గీత "ఒక చెట్టు కింద ఉపదేశించినట్టు చెప్పబడింది. ఆ ప్రాంతం ఇప్పుడు "జ్యోతిసర్" అనే పేరుతో పిలవబడుతోంది. మహాభారత యుద్ధం లో ధూర్యోధనుడు ఒక సరస్సు లో దాగిఉంటాడు. ఆ సరస్స ప్రస్తుతం బ్రహ్మసరోవరం గా పిలవబడుతోంది. అందులో స్నానం చేస్తే జన్మజన్మాల పాపాలు నసిస్తాయని ప్రజల నమ్మకం. ఇక్కడ "SriKrishna Museam "5 అంతస్తుల భవనం లో అమర్చబడ్డది. ఇందులో కృష్ణుని పుట్టుక నుండి నిర్యాణం వరకు జరిగిన అన్ని అంశములను బొమ్మల రూపం లోను, చిత్తరువులను గాను అమర్చారు. ఇందులో అన్ని రాష్ట్రాలనుంచి పురావస్తు పరిశోధనల వలన సేకరించిన శ్రీ కృష్ణుని అపార కళాత్మక వస్తువులను ప్రదర్శించారు.

శ్రీ కృష్ణుడు జన్మించిన మధుర పట్టణం ఉత్తర్ ప్రదేశ్ అనే రాష్ట్రం లో ఉంది. దీనికి దగ్గరలో కాళింది (యమున) నది ఒడ్డున బృందావనం అనే పుణ్యస్థలం లో శ్రీమహావిష్ణువు శ్రీకృష్ణుడు గా అవతరించాడు. కంస మహారాజు మధురా నగరాన్ని పరిపాలిస్తు న్నప్పుడు ఆయన ప్రియమైన చెల్లెలు దేవకి చంద్రవంశం రాజైన వసుదేవుడు అనే మహారాజుని వివాహమాడింది. అయితే దేవకి కి జన్మించిన 8 వ సంతానం వలన మరణం సంప్రాప్తిస్తుందని తెలియడం వలన ఆ దంపతులను ఇద్దరినీ చెరసాలలో బంధించారు. ఆరుగురుని హతమార్చక విష్ణుమాయ చేత దేవకి 7 వ గర్భమును

నందమహారాజు చెల్లెలు, వసుదేవుని భార్య అయిన రోహిణిదేవి గర్భముతో మార్పు చెయ్యబడ్డాయి (నంద రాజు, వసుదేవుని పినతండ్రి కొడుకు). అందువలన బలరాముడు సంకర్షణుడు అనే పేరుతో పిలవబడుతున్నాడు. బలరాముడు కూడా విష్ణు అంశ అని భాగవత పురాణం పేర్కొన్నది.

దేవకి వసుదేవులు, నంద యశోదలు విష్ణువు యొక్క అన్ని అవతారాలలో ఆయన తల్లితండ్రులుగా జన్మిస్తారు. వారు విష్ణువునకు శాశ్వత జననీజనకులు. విష్ణువు రామావతారం లో తనకు తల్లులు అయిన కౌసల్య, కైకేయిలకు, కృష్ణావతరం లో తనకు తల్లులుగా దేవకి, యశోదలు గా జన్మిస్తారని వరం ప్రసాదించాడు (ఋగ్వేదం నుంచి గ్రహింపబడినది). దేవి భాగవతం ఇంకో వివరణ ఇచ్చింది. అష్ట వసువులు అయిన ద్రోణ్, ఆయన భార్య ధార ఇద్దరు విష్ణు భక్తులు. వారి భక్తికి మెచ్చి కృష్ణవతారం లో కృష్ణుడు గా వారిదగ్గర ఉంటానని వరం ప్రసాదించాడు. వారే నందుడు, యశోద. అంతేకాక ప్రతి అవతారం లో వారికి పుత్రుడు గా జన్మిస్తానని వరం ఇచ్చాడు.

దేవకి వసుదేవుల 8 వ సంతామైన కృష్ణుడు రోహిణి నక్షత్రం లో చెరసాలలో జన్మించి బృందావనం తీసుకొని- రాబడ్డాడు. అక్కడ ఆయన గురువైన సాందీపని ముని దగ్గర విద్య అభ్యసించి, మరణించిన ఆయన పుత్రుని కి ప్రాణం పోసి గురుదక్షిణ సమర్పించాడు. దివంగతులైన 6 గురు సోదరులను బ్రతికించాడు (వెనుక జన్మ లో కంసుడు కాలనేమీ అనే రాక్షసుడు. దేవకి దేవి ఆరుగురు పుత్రులు కాలనేమీ పుత్రులు. హిరణ్యకశిపుని శాపం వలన వాళ్ళు ఈ జన్మలో తండ్రి చేత చంపబడ్డారు). దేవకీ పుత్రుడైన కృష్ణుడు గోలోక కృష్ణుని యొక్క అంశ, మన విశ్వం యొక్క విష్ణువు అంశ తో కలిసి జన్మించినవాడు. గోలోక నివాసి అయిన రాధాదేవి కూడా రాధా పేరు

తోనే కృష్ణుని కోసం ఆ ప్రాంతం లో నే జన్మించింది. కృష్ణునకు మేనత్త అయిన రాధ ఆయన పరమ భక్తురాలు, కానీ వీరు ఇద్దరు ఒకరు కాదు, వేరు. బాలకృష్ణుడు పూతన, శకటాసురుడు మొదలగు రాక్షసులను సంహరించి, నడుమకి తాడు కట్టించుకుని రోలు లాగి గంధర్వులకు శాపవిమోచనము గావించి, కాళీయుని అహంకారం అణిచి, వేలితో గోవర్ధన పర్వతం ఎత్తి ప్రజలను కాపాడి, మట్టి మింగి యశోద కు 14 భువనాలను చూపించి, 12 ఏళ్ల ప్రాయంలో విష్ణువు అంశ కృష్ణుడు మధురకు వెళ్ళి కంసుని సంహరించాడు. గోకులం అంశ కృష్ణుడు రాధా దేవి తో, విష్ణువు తో వరం పొంది గోపికాలుగా జన్మించిన మహర్షుల తో బృందావన ఉపవనాలలోకి వెళ్ళి విహరిస్తున్నారు. మధురకు వెళ్ళిన కృష్ణుడు తిరిగి బృందావనం వెంటనే వెళ్లలేదు. ఉపవనాలలోకి వెళ్ళిన కృష్ణుడు తిరిగి గ్రామం లోకి వెళ్లలేదు. కృష్ణుడు కంసుని మామగారైన జరాసంధుని 17 సార్లు యుద్ధం లో ఓడించి సంహా రించాడు. తరువాత విశ్వకర్మ చేత అరబియా సముద్ర తీరంలో “కుశస్థలి “అనే పట్టణం దగ్గర ఒక్క రాత్రి లో ద్వారకా పట్టణం నిర్మింపచేసి యాదవులను అందరినీ తరలింపచేసి పరిపాలించసాగాడు.

రాధాకృష్ణులు విహరిస్తున్న బృందావనం హిందువులకు చాలా ప్రవిత్రమైన క్షేత్రం. అక్కడ మొత్తం ప్రేమ తత్వం గానే కనిపిస్తుంది. వారిద్దరి మధ్య ప్రేమ ఆధ్యాత్మికం. కృష్ణుని చేరడానికి మార్గం రాధ ఒక్కటే. భక్తులు రాధాకృష్ణాష్టకం (రాధాష్టకం) చదివితే కృష్ణుని చేరవచ్చును అనే ప్రచారం ఉంది. బృందావనం లో కృష్ణుని రాధాకృష్ణులని, రాధేశ్యాం అని, రాధావల్లభుడని పిలుస్తారు. కృష్ణుడు నిధివనం అనే ఉపవనంలో రాధతో, గోపికలతో విహరిస్తుండేవాడు. అందుకని ఆయనకు బాంకే బిహారీ (వన్ కె విహారి= వనం లో విహరించేవాడు) పేరు. తాన్సేన్ గురువైన శ్రీ హరిదాస్ కృష్ణ భక్తుడు.

ఆయన భక్తి పరవస్యంతో గానం చేసిన ఒక శ్లోకంనకు మెచ్చి ఒక దివ్యమైన జంట అయిన శ్యామ –శ్యామ్ (రాధా –కృష్ణ) ఆయనకు, భక్తులకు ప్రత్యక్షమయి ఇద్దరు ఒకటిగా కలిసిపోయి త్రీ-భంగిమ రూపం అయిన "బాంకే బిహారీ "విగ్రహం వెలిసింది. త్రీ –భంగిమ అంటే 3 చోట్ల వంపులతో మడతబడుట. 1. వేణువు పట్టుకొనడానికి చేతులు మడతబడ్డాయి. 2. నడుము వంగుట 3. కాళ్ళు కొద్దిగా ముందుకు వంగుట. ఆ విగ్రహం మొదట నిధివనం లోనే ఉన్నా, ఇప్పుడు కొత్తగా నిర్మింపబడిన బాంకే బిహారీ మందిరం లోకి మార్చబడ్డది. హరిదాస్ బృందావనం నివసించేవారు. ఆయన కృష్ణుని స్తుతిస్తూ రచించిన పాటలను "విష్ణు పదాలు "అంటారు. ఆయన భక్తి మధుర భక్తి. ఆయన బ్రిజ్ భాష లో రచించారు. ఆయన 128 విష్ణు పదాలు రచించారు. కృష్ణునకు ఇక్కడ ఇంకో పేరు కూడా ఉంది. అది "కుంజ విహారి ". సరస్సులలో (కుంజ =సరస్సు) విహరించేవాడు.

సూర్ –దాస్ (1479-1584 క్రీ. శ) కవి, సన్యాసి. ఆయన పుట్టు గ్రుడ్డి. ఆయన కృష్ణ భక్తుడు. ఆయన కవియే కాకుండా గాయకుడు కూడా. కృష్ణుని గురుంచి చాలా కావ్యాలు బ్రిజ్ భాషలో, మరి కొన్ని అవధ్ భాషలో రచించారు. అందులో ముఖ్యమైనవి మూడు. అవి "సుర్ –సాగర్ ", "సుర్ –శరావళి ", "సాహిత్య –లాహిరి ". సుర్ –సాగర్ లో 1, 00, 000 పద్యాలు రచించినప్పటికి ప్రస్తుతం 8, 000 మాటుకే దొరుకుతున్నాయి. ఇందులో ఎక్కువగా కృష్ణుని బాల్యం క్రీడలు వర్ణించబడ్డాయి. సుర్ –శరావళి లో కృష్ణుని సృష్టి కర్త గా వర్ణిస్తూ 100 పద్యాలు రచించారు. సాహిత్య లాహిరి లో కృష్ణుని పై ప్రదర్శిస్తూ పద్యాలు రచించారు. సుర్ –దాస్ బ్రిజ్ భాషలో రచించిన "మయ్యా మోరీ మయి నహి మా ఖన్ ఖాయో... " (అమ్మ నేను వెన్న తినలేదు) అనే పాట బృందావనం లోనే కాకుండా ఉత్తర

భారత లో ప్రతి ఇంట మరుమ్రోగుతుంది. దానిని అనూప్ జలోట అనే గాయకుడు అద్భుతం గా గానం చేశారు. జయదేవ గోస్వామి అనే కృష్ణ భక్తుడు "ఏహి మురారే కుంజ విహారే.." గీతం రచించారు. అయితే కొంత మంది ఈ గీతం జయాదేవు ని గీత గోవిందం లోనిది అంటారు.

కృపాల్ మహారాజ్ (1922-2013) కృష్ణ భక్తుడు. ఆయన భారత దేశం లో నే కాకుండా విదేశాలల్లోనూ కృష్ణ భక్తి బాగా వ్యాపింప చేసి చాలా ఆశ్రమాలు నిర్మించారు. ఆయన రాధా కృష్ణ లీలలు 11, 111 (ద్విపదలు), రాధా గోవింద తత్వం, 1008 కీర్తనలు రచించారు. కృష్ణుని అందాన్ని వర్ణిస్తూ 12 కీర్తనలు "శ్రీ కృష్ణ ద్వాదశి "అని, రాధాదేవి అందం, అలంకరణ వర్ణిస్తూ 13 కీర్తనలు "శ్రీ రాధా త్రయోదశి ", అని హింది భాష లో రచించారు. వీటిని గాయని గాయకులైన మన్నాడే. అనురాధా పోద్వాల్, అనూప్ జలోట బాగా ప్రాచుర్యం చేశారు. ఈయన భజనలకు "మల్లికా సారాభాయ్ "అనే నృత్యకారిణి ప్రదర్శనలు ఇచ్చారు. ఈ భజనలను పాశ్చ్యాత్య భక్తులైన అయిన గాయకులు కృష్ణ దాస్, మిటెన్ మొదలగువారు పాశ్చ్యాత్య బాణీలో గానం చేశారు.

రస్కాన్ అనే మహమ్మెదీయుడు ఒక కవి, సన్యాసి. ఆయన కృష్ణ భక్తుడు కూడా. ఆయన పేరు సయ్యద్ ఇబ్రహీం. జీవితం అంతా కృష్ణుని ఆరాధిస్తూ బృందావనం లో నివసిస్తూ అక్కడ సమాధి చెందారు. ఆయన బ్రిజ్ భాషలో రాధా కృష్ణ ప్రేమ కావ్యాలు రచించారు. ప్రేమ నాటిక అనే కావ్యం లో రాధా కృష్ణ ప్రేమ తత్వాన్ని వివరించారు. ఆయన భాగవత పురాణాన్ని పెర్సియన్ లోకి అనువదించాడు.

మధురలో కృష్ణ జన్మభూమి మందిరం కృష్ణుని మునిమనుమడైన రాజ వీరసింహ బుందేలా నిర్మించారు. ఈ మందిరం యొక్క

గొప్పతనం ఏమిటంటే కృష్ణుడు జన్మించిన చెరసాల ఉన్న ప్రదేశం లోనే నిర్మింపబడటం. అయితే కాలక్రమేణ చాలాసార్లు యుద్ధాలలో విరిగిపోయి తిరిగి మళ్ళీ నిర్మింపబడ్డది. కృష్ణుని మందిరం బయట వెనుకవైపు కృష్ణుడు జన్మించిన చెరసాల లాగా ఒక గది ఉన్నది. కృష్ణుని ద్వారకనాథుడు అని, ద్వారకా దీషుడు అని పిలుస్తారు. మధురలో నిర్మించబడ్డ ద్వారకాదీశుని మందిరం లో ఉన్న కృష్ణ విగ్రహాన్ని ద్వారకానాథ్ అని పిలుస్తారు. కురుక్షేత్రం లో 1950 లో జగత్ బిర్లా ఒక మందిరం కట్టించారు. ఆ మందిరం రథం ఆకారంలో కృష్ణుడు అర్జునుడు కూర్చుని ఉన్నట్టు గా నిర్మించారు. I S K C O N వ్యవస్థాపకుడైన శ్రీల ప్రభుపాద కోరిక మేరకు ISKCON Bangalore బృందావనం లో ప్రపంచం లో అతి ఎత్తైన భవనం "బృందావన చంద్రోదయ మందిరం "నిర్మిస్తున్నారు. అది 2014 లో అప్పటి భారత రాష్ట్రపతి ప్రణబ్ ముఖర్జీ శంఖుస్థాపన చేశారు. పనులు చురుగ్గా సాగుతున్నాయి. 2019 కి పూర్తవుతుంది.

**పశ్చిమ భారతం:** అక్బర్ మహారాజు పరిపాలించే కాలంలో రాజుగారి ఆస్థాన కవులైన నవరత్నాలలో ఒకరైన అబ్దుల్ ఖాన్ రహీమ్ (రహీమ్) [1556-1627 క్రీ. శ] మహమ్మదీయుడైనా కృష్ణ భక్తుడు. కృష్ణుని గురుంచి చాలా కావ్యాలు రచించాడు. ఆయనకు దానగుణం ఎక్కువ. ఆయన మనిషిని ఎవరైంది చూడకుండా ఎంతో నమ్రతతో దానం చేసేవారు. తులసీదాస్ కి ఆయన దాన చేసే విధానం నచ్చి, ఆయనని మెచ్చుకుంటూ ఆయన మీద పద్యాలు రచించారు. ఇది విని రహీమ్ ఇలా అన్నారు "ఇచ్చేదీ ఎవరో, తీసుకునేది ఎవరో" మధ్యలో మనకి పేరు వచ్చింది. ఆయన హింది లో కృష్ణుని గురుంచి "దోహా "లు రచించారు.

తులసీదాస్ (16 క్రీ. శ) అనే సన్యాసి రామభక్తుడు. ఆయన తీర్థయాత్రలు చేస్తూ బృందావనం దర్శించినప్పుడు కృష్ణుడు

రాముని లాగా దర్శనమిచ్చాడు. వెంటనే కృష్ణ గీతావళి అనే కావ్యం బ్రిజ్ భాషలో రచించారు. అందులో కృష్ణుని బాల్యక్రీడలను వర్ణిస్తూ 61 పద్యాలు రచించారు. ముఖ్యంగా అందులో 32 పద్యాలలో రాధ కృష్ణుల రాస లీలలు వర్ణించారు. కబీర్ దాస్ (15 క్రీ. శ) అనే సన్యాసి రామభక్తుడు. ఆయన కృష్ణుని గురుంచి చాలా తక్కువగా పద్యాలు రచించారు. ఆయన బ్రిజ్ భాషలోనూ, అవధి భాషలోనూ, హింది లోనూ దోహలు రచించారు. తులసీదాస్, కబీర్ దాస్ మరి కొంత మంది రామభక్తులే అయినప్పటికి రాముడు, కృష్ణుడు ఒకరుగా భావించి కృష్ణుని గురుంచి పద్యాలు రచించారు.

సిఖ్ మతం పంజాబ్ రాష్ట్రం లో 15 క్రీ. శ చివరలో ఆరంభమయింది. మొదటి గురువయిన గురు నానక్ (1469-1539 క్రీ. శ) ఈ మతం యొక్క వ్యవస్థాపకుడు. ఆ మతం యొక్క సిద్ధాంతం ఆధ్యాత్మిక బోధనలు. భగవంతునికి రూపం లేదని వారి ఉద్దేశము. గురునానక్ తరువాత 9 మంది గురువులు కూడా ఆధ్యాత్మిక గ్రంధముల లోని బోధనలను ప్రజలకు బోధించారు. 10 వ గురువు గురు గోబింద్ సింగ్ గురు పరంపర తీసివేసి "గురు గ్రంథ్ సాహిబ్ "అనే ఆధ్యాత్మిక గ్రంధం రచించి దానిని సిఖ్ మతమునకు శాశ్వత గ్రంథం గా నిర్ణయించారు. గురు గ్రంథ్ సాహిబ్ అంటే ఎప్పుడు జీవించి ఉండే గురువు అని అర్ధము. అందులో సుర్ దాస్, కబీర్ దాస్, తులసి దాస్ మరి కొంతమంది రచించిన రామ, కృష్ణ, శివుని గురుంచిన పద్యాలు, దోహలు ఇందులో పొందుపరిచారు. ఈ మత గ్రంధాన్ని "ఆది గ్రంథ్ "గా పరిగణిస్తారు. రవిదాస్ అనే కవి –సన్యాసి (15-16 క్రీ. శ) గురుముఖి అనే భాషను కనిపెట్టి ఆది గ్రంథ్ అంతా గురుముఖి లో రచించారు. ఇందులోని ప్రవచననాలను సిఖ్ బాణీ అంటారు. ఈయన చాలా కావ్యాలు రచించారు. ఆయన రచించిన కృష్ణుని, రాముని గురుంచిన కవిత్వం ఆది గ్రంథ్ లో పొందుపరిచారు. ఈయన

సంస్కృతం లో, బ్రిజ్ భాష లో, పెర్సియన్ లో, సింధి భాషలలో కూడా కృష్ణుని గురుంచి కావ్యాలు రచించారు.

వల్లభాచార్య (1479-1531 క్రీ. శ) తెలుగు దేశం నుండి కాశీకి వచ్చి స్థిరపడిన బ్రాహ్మణ సన్యాసి. భారత దేశం లోని బ్రజ్ ప్రాంతం లో వైష్ణవమతం లో పుష్టి మార్గం (భగవంతుని అనుగ్రహమునకు మార్గం) అనే భక్తి మార్గం స్థాపించాడు. ఆయన కృష్ణ భక్తుడు. ఆయన చిన్నప్పుడే వేదాలు, ఆదిశంకర, రామానుజ, మధ్వ, నింబారక, బౌద్ధ, జైన మతముల యొక్క వేదాంతం క్షుండముగా నేర్చుకున్నారు. ఆయన భారత దేశం అంతా తీర్థయాత్రలు చేసి 84 క్షేత్రములలో భాగవత ప్రవచనలు చేశారు. ఇప్పుడు ఈ 84 క్షేత్రములు "చౌరాశి బైఠక్ "అనే పేరుతో ముఖ్యమైన తీర్థయాత్ర ప్రదేశములుగా పిలవబడు- తున్నాయి. ఎప్పుడైతే ఆయన గోకులం ప్రవేశించాడో అప్పుడు ఆయనకు కృష్ణుడు "శ్రీనాథ్ "రూపం లో దర్శనం ఇచ్చాడు.

రాజస్తాన్ లో కృష్ణుని శ్రీనాథ్ రూపం లో పూజిస్తారు. చాలా ప్రదేశములలో శ్రీనాథ్ యొక్క దేవలయములు ఉన్నా "నాథ్-ద్వారా " (భగవంతుని ద్వారం) అనే గ్రామం లో ఉన్న మందిరం చాలా ముఖ్యమైంది. శ్రీనాథ్ తనంతట తను ఎంచుకున్న నివాసం. ఆ గ్రామం ఉదయపూర్ కి సుమారుగా 50 కి. మీ దూరం లో ఉన్నది. ఇక్కడ విగ్రహం ఎడమచేయి పైకి చూపిస్తున్నట్టుగా, కుడిచేయి పిడికిలి తుంటిమీద పెట్టినట్టు, కుడి ముక్కుకి నత్తుతో, గడ్డం మీద రత్నం తో, నలుపు రంగుతో కళకళ లాడుతూ ఉంటుంది. ఈ విగ్రహం రాధామాధవులు కలిసి ఉన్నది. అందుకనే ఇక్కడ కృష్ణుని "శ్రీశ్రీనాథ్" అని పిలుస్తారు. కృష్ణుడు గోకులం లో గోవర్ధన పర్వతం ఎత్తి గోవిందా అని కపిల గోవు చేత పిలిపించుకున్న తరువాత శ్రీనాథ్

రూపం లోకి మారిపోయాడు. అప్పుడు వజ్రనాభమహారాజు అక్కడ శ్రీనాథ్ నకు మందిరం కట్టించారు. కాలక్రమేణ ఆ విగ్రహం భూమి లో మరుగున పడిపోయింది. చాలా సంవత్సరాల తరువాత గోకులం లో వల్లభాచార్యునికి స్వప్న దర్శనము ఇచ్చి గోవర్ధనపర్వతము నుంచి మేవార్ పట్టణమునకు తీసుకువెళ్లమని ఆజ్ఞాపించారు.

వల్లభాచార్యులు గోవర్ధనపర్వతం చేరగానే అక్కడ శ్రీనాథ్ విగ్రహం భూగర్భం నుంచి బయటకు వచ్చి స్వామి ఒళ్ళోవాలింది. భూగర్భము నుంచి బయటకు రావడం వలన శ్రీనాథ్ ని స్వయంభూ అంటారు. అప్పుడు స్వామి విగ్రహం తీసుకువెళ్లడానికి బండి ఏర్పాటు చేసి మేవార్ బయలుదేరారు. కొంతకాలం ప్రయాణం చేశాక ప్రస్తుత నాథ్ ద్వారా గ్రామం దగ్గర బండి ఆగిపోయింది. స్వామికి "నేను ఇక్కడే ఉంటాను "అని కృష్ణుడు చెప్పినట్టుగా ఒక వాణి వినిపించింది. అప్పుడు మేవార్ మహారాజు అక్కడే మందిరం కట్టించారు.

వీటి తరువాత వల్లభాచార్యులు ఆయన గురువైన పండరిపురం విఠలనాథుని ఆజ్ఞతో వివాహం చేసుకుని ఇద్దరు పిల్లలకు జన్మను ఇచ్చారు. ఐనా ఆయన కృష్ణ భక్తి వదలలేదు. ఆయనకు కృష్ణుడే సర్వస్వం. ఆయనకు 52 వ సంవత్సరం లో 3 వ సారి శ్రీనాథ్ ని ఆజ్ఞను అనుసరించి సంసారం వదిలి సన్యాసం తీసుకుని మౌనవ్రతం పట్టారు. చివరలో ఆయన కృష్ణుని వదిలి ఉండలేక చాలా బాధ పడ్డారు. అప్పుడు ప్రజలంతా ఆయన దర్శనం కోసం కాశీ లోని హనుమాన్ ఘాట్ వద్ద ఉన్న గుడిసె దగ్గెర వేచి ఉండగా ఆయన ఇసుకలో 3-1/2 శ్లోకాలు సంస్కృతం లో రచించగా కృష్ణుడు దర్శనం ఇచ్చి మిగిలిన 1-1/2 శ్లోకాలు పూర్తిచేశారు. ఈ 5 శ్లోకాలని "శిక్ష శ్లోకాలు "అని నిర్వచించారు. ఆయన "సుబోధిని "అని భగవద్గీత గురుంచి వాఖ్యానాలు కూడా రచించారు. ఆయన "మధురాష్టకం

"అని కృష్ణుని హావభావాలను, మోమును, నడకను, మాటను, హొయలును, వర్ణిస్తూ సంస్కృతం లో 8 శ్లోకాలను (అష్టకం) రచించారు. ఆయన హిమాలయ పర్వతములను దర్శించి, వ్యాసమహర్షిని కూడా సందర్శించి వ్యాస మహర్షి నోట కృష్ణ లీలలు విని తన్మయత్వం తో మిగిలిన జీవితం అంతా కృష్ణ నామం తో నే గడిపేశారు.

కృష్ణుడు "నాథ్ ద్వారా "లో నే ఉండడానికి మీరాబాయి అనే మేవార్ రాణి కూడా కారణం అని మరియొక కథ ప్రచారం లో ఉంది. మేవార్ రాణి మీరాబాయి కృష్ణ భక్తురాలు. చిన్నప్పటి నుంచి ఆమె కృష్ణునినే భర్తగా తలచింది. ఆమెకు ఇష్టం లేకపోయిన మేవార్ రాజుకి భార్య అయింది. అయినా ఆమె కృష్ణ భక్తి వదలలేదు. ఆమె కృష్ణుని పై భజనలు, కీర్తనలు రచించింది. ఆమె కవిత్వం సిఖ్ గురు ఐన గురు గోబింద్ సింగ్ రచించిన "ప్రేమ్ అంబోద్ పోతి" లో పొందుపరిచారు. మీరాబాయి భజనలు హిందుస్తానీ, కర్నాటక బాణీలలో చాలా మంది సంగీత విధ్వాంసులు గానం చేశారు. అందులో ముఖ్యమైనవారు M. S. సుబ్బలక్ష్మి, లతా మంగేష్కర్. వారు ఈ భజనలను దేశ విదేశాలలో ప్రాచుర్యం చేశారు.

**కం క్రోలి:** నాథ్ ద్వారా కి సుమారు 12 కి. మీ దూరం లో కంక్రోలి అనే గ్రామం లో కృష్ణుని మందిరం కట్టబడింది. ఇక్కడ కృష్ణుని పేరు ద్వారకాదీష్. మహారాణ రాజ్ సింగ్ ఈ విగ్రహం 1671 క్రీ. శ లో మధుర నుంచి తెప్పించి ఇక్కడ మందిరం కట్టించి ప్రతిష్టించారు. ఈ మందిరమును కంక్రోలి ద్వారక మందిరం అంటారు.

**మూల ద్వారక:** ప్రస్తుతం గుజరాత్ లోని జునాగఢ్ జిల్లాలో ఉన్న గిర్ సోమనాథ ప్రాంతం లో ఉన్న "కోడినార్ "అనే గ్రామం లో సోమనాథ కి 34 కి. మీ దూరం మూలద్వారక అనే ప్రాంతం ఉన్నది.

ఒకప్పుడు ఈ ప్రాంతం నే "కుశస్థలి "పట్టణం అనేవారు. కృష్ణుడు జరాసంధుని తో చాలాసార్లు యుద్ధం చేశాడు. జరాసంధుడు భీముడు చేత చంపబడాలి కాబట్టి ఒకసారి యుద్ధం లో జరాసంధునికి కనిపించకుండా కృష్ణ, బలరాములు ఈ ప్రాంతం లో అడుగు పెట్టి దాక్కుంటారు. అప్పుడు కృష్ణుడు విశ్వకర్మని ఆదేశించగా, ఒక్క రాత్రి లో ఎక్కువ ద్వారములతో ఒక పట్టణం నిర్మించాడు. అందు వలన ఆ పట్టణమునకు ద్వారకా పట్టణం అనే పేరు స్థిరపడింది. కృష్ణుడు మొదట ఇక్కడ పాదం మోపడం వలన ఈ ప్రాంతామునకు "మూల ద్వారకా "అనే పేరు స్థిరపడింది. ఇక్కడ కృష్ణుడు 75 సం నివసించిఉండవచ్చని చరిత్రకారుల అంచనా. అయితే ద్వారకా పట్టణం మునిగిపోయినప్పుడు ఈ కొద్ది భూ భాగం మిగిలినందు వలన, ప్రస్తుత కాలం లో రాధాకృష్ణ, సీతారామ, శివపార్వతి, సరస్వతి మొదలగు మందిరములు నిర్మించారు. మొదటి ద్వారకా ప్రస్తుత ద్వారకా నుంచి ప్రస్తుత సోమనాథ్ వరకు ఉండి ఉండ -వచ్చని చరిత్రకారుల అభిప్రాయం.

ప్రభాస తీర్థం (హిరణ్య, కపిల, సరస్వతి నదులు అరేబియన్ సముద్రం లో కలిసిన సంగమం) ఒడ్డున మొట్టమొదటి జ్యోతిర్లింగం అయిన సోమనాథ మందిరం నిర్మించబడ్డది. యాదవ అంతానికి జరిగిన ముఖ్యఘట్టం ఇక్కడే జరిగిందని మహాభారతం లో చెప్పబడింది. ఒక యాదవ బాలునికి గర్భవతి స్త్రీ వేషం వేసి ఆశీర్వచనం కోసం బాలురు అందరు ఈ సముద్ర తీరాన ప్రయాణిస్తున్న సప్తఋషుల దగ్గరకు తీసుకుని వెళ్ళగా, ఋషులు బాలురు చేసిన అల్లరిని గ్రహించి, ఆగ్రహించి యాదవకుల నాశనం జరుగుతుందని శపించారు. అప్పుడు భయంతో యాదవ బాలురు ఎత్తుగా కనిపించడానికి పెట్టిన రోకలి చివరివరకు అరగదీసి సముద్రం లో కలిపారు. కొంతకాలానికి అక్కడ పదునైన గడ్డి మొక్కలు మొలిచాయి. ఒకరోజు

వీళ్ళందరూ సంబరం చేసుకుంటూ గొడవలుపడి ఈ గడ్డి ముక్కలతో పొడుచుకుని చచ్చిపోయారు. కృష్ణుడు కూడా వీటితో తయారైన బాణం జర అనే వేటగాని చేత సంధించబడి, పాదానికి గుచ్చుకుని నిర్యాణం చెందాడు. గాంధారి దేవి శాపం వలన యాదవకులమ్ అంతా నశించి ద్వారక అంతా మునిగినప్పుడు ఉత్తర భాగంలో కొంత భూభాగం మునగలేదు. దానిని ద్వీపం అంటారు. ఆ భూభాగాన్ని "భేట్ ద్వారక "అంటారు. గుజరాతీ భాషలో భేట్ అంటే ద్వీపం అని అర్థం. ఆ భూభాగం లో కృష్ణుడు సుధాముని కలుసుకున్న భవనం ఇప్పుడు కూడా ఉన్నది. అయితే ప్రస్తుతము అక్కడ కృష్ణుని యొక్క విగ్రహములు ప్రతిష్టించారు. ఆ విగ్రహం పేరు ద్వారకాదీష్. ద్వారక మునిగిపోయేముందు కృష్ణుడు సముద్రుని 12 యోజనాల (యోజనం అంటే 8 మైళ్ళు) భూమిని వదిలేయమన్నాడు. అప్పుడు ఇక్కడ కృష్ణుని మునిమనుమడైన వజ్రనాభుడు (అనిరుద్ధుని పుత్రుడు) విశ్వకర్మ చేత నిర్మింపచేశాడు. కాలక్రమేణ అవి అన్నీ శిధిలమైపోగా 2500 సం క్రిందట మరొక మందిరం నిర్మించారు. అయితే ప్రస్తుతం మనం దర్శిస్తున్న మందిరం 16 శ లో నిర్మించబడ్డది. ఈ మందిరం గోమతి నది సముద్రం లో కలిసినచోటు నిర్మింపబడ్డది. ఆ మందిరం లో రుక్మిణీ, సత్యభామ, రాధాకృష్ణ విగ్రహములను ప్రతిష్టించారు. దీనిని "ముక్తి ద్వారక "అంటారు.

కృష్ణుడు నివసించిన ద్వారక సప్త తీర్థములలో ఒకటి. మిగిలినవి మథుర, అయోధ్య, కాశీ, కాంచిపురం, ఉజ్జయిని (అవంతిక), పూరీ. మునిగిపోయిన ద్వారకను ఒకప్పుడు కుశస్థలిపురం అనేవారు (మహాభారతం). ద్వారక పట్టణం గురించిన కొన్ని ముఖ్యమైన విషయములు వ్యాస మహర్షి హరివంశం, మహాభారతముల లో వివరించారు.

1. కృష్ణుడు ద్వారక పట్టణము నిర్మించకముందు చాలాకాలం క్రిందట అనర్థ అనే రాజ్యం ను రైవతక మహారాజు పరిపాలించాడు. అక్కడ ఉన్న పర్వత శ్రేణులను రైవతక శ్రేణులు అనేవారు (ప్రస్తుతం గిర్నార్ పర్వత శ్రేణులు అంటారు). అక్కడ దేవతలునివసించేవారు. ఆయన పరిపాలించినప్పుడు ద్వారక పట్టణం అంత భూభాగం ఆట స్థలం గా ఉండేది. తరువాత వరుణుడు ఆ భూభాగాన్ని ముంచేశాడు. ఆ భూమినే సముద్రుడు తిరిగి బయటకు తీసుకువచ్చాడు.
2. ద్వారక పట్టణం అంతకు ముందు మునిగిపోయిన భూమిని సముద్రుడు బయటికి తెచ్చిన భూమి మీద కట్టినది. అదే భూమి మునుల, గాంధారి దేవి శాపం వలన తిరిగి సముద్రం లో మునిగిపోయింది. ద్వారక అనే సంస్కృత పదానికి ఎక్కువ ద్వారములు కలది అని అర్థం. ఈ నగరమును "ధారావతి "అని కూడా పిలిచేవారు.
3. ఈ పట్టణము చాలా ధనవంతమైనది. ఆ పట్టణము లోని హర్మ్యాలు అన్నీ మణిమయములతో నిర్మించబడినవి. ఆ కాలంలో నిర్మించిన నగరములలో ఒకేఒక అద్భుతమైన నగరముగా ప్రసిద్ధి చెందినది.

ప్రస్తుత ద్వారక పట్టణమునకు సుమారు 10 కి. మీ దూరంలో రుక్మిణిదేవి మందిరం నిర్మించబడ్డది. దుర్వాస మహాముని శాపం వలన కృష్ణుని ద్వారకకు దూరంగా ప్రస్తుత మందిర ప్రాంతం లో నివసించేవారని, అక్కడే ప్రద్యుమ్నునికి జన్మనిచ్చారని స్థలపురాణం లో పేర్కొన్నారు. అక్కడ ఆమెను 3 వ శక్తి పీఠమైన శృంగళా మాత గా కొలుస్తారు. ప్రస్తుత సోమనాథ్ నుంచి ద్వారక వరకు కృష్ణుడు నివసించి ఉండవచ్చని భావించిన అన్ని ప్రాంతాలను

ద్వారక అనే పేరుతో కలుపుతారు. ఉదా; బేట్ ద్వారక, రుక్మిణీ ద్వారక, సుధామ ద్వారక, కం క్రోలి ద్వారక. (1983-1990 క్రీ. శ) Marine archealogy Dept వారు తవ్వకాలలో సముద్రములో మునిగిపోయిన ద్వారక పట్టణము యొక్క శిధిలాలను కనుకున్నారు. ప్రజలు చూసేందుకు వీలుగా ప్రభుత్వం సముద్రం లో underwater museam కట్టేందుకు ప్రయత్నం చేసింది. పనులు చురుకుగా సాగుతున్నాయి.

కృష్ణుడు ద్వారక నిర్మాణం తరువాత, ధర్మరాజు చేత రాజసూయ యాగం చేయిస్తున్నప్పుడు, భీమునిచేత జరాసంధుని సంహారింపజేసి, శిశుపాల, దంతవక్త్రులను సంహరించి, గోకులం వెళ్ళి నందయశోదలను మిగిలిన గోపబాలురను కలిసి వారందరినీ దివ్య విమానంలో వైకుంఠం (గోలోక బృందావనం) తిప్పి చూపించారు అని శ్రీ మద్భాగవతం లో, పద్మ పురాణం లో ను చెప్పబడింది. నర్సీ మెహతా (1414-1481 క్రీ. శ) గుజరాత్ లో పేరు పొందిన కవిసన్యాసి, గొప్ప భక్తుడు. ఆయన రచించిన "వైష్ణవ జనతో..." మహాత్మా గాంధీ మెచ్చిన భజన, సబర్మతి ఆశ్రమం లోని ప్రార్ధన గీతాలలో చాలా ముఖ్య పాత్ర వహించింది. ఇప్పటికీ సబర్మతివాసులు ఆ గీతాన్నే ప్రార్ధన గీతం గా ఆలపిస్తారు. M. S. సుబ్బలక్ష్మి, లతా మంగేష్కర్, మరి కొంతమంది గాయకులు ఈ గీతాన్ని భక్తి తో ఆలపిస్తారు. వారు ఆ గీతాన్ని దేశ, విదేశాలలో ప్రాచుర్యం చేశారు. నర్సీ మెహతా అడవిలో చాలా కాలం శివలింగాన్ని ధ్యానం చేయగా శివుడు దర్శనం ఇస్తే బృందావనం చూపించమని ప్రార్ధించగా, శివుడు కృష్ణుని రాసలీలలు దర్శింపచేశాడు. ఆనందంతో మెహతా కృష్ణుని గురుంచి 22, 000 కృతులలో రాసలీలలు వర్ణిస్తూ రచించారు.

ఆసియా; మహాభారత కాలం లో హిందూమతం ప్రస్తుత భారత దేశ ప్రాంతం కాకుండా ప్రస్తుత పశ్చిమ భాగంలో రష్యా, గ్రీస్ వరకు, ఉత్తర భాగంలో నేపాల్ వరకు, ఆసియా లో కాంబోడియా, ఇండోనేషియా లోని ద్వీపాల వరకు వ్యాపించింది. అయితే రష్యా ప్రాంతం, ఇరాన్ దేశాలలో కృష్ణ మందిరాలు నిర్మించినట్లు చరిత్రాత్మక ఆధారాలు ఏమి దొరకలేదు. ఆసియా లో హిందూమతం బాగా ప్రాబల్యం పొందినప్పుడు చాలా పెద్దపెద్ద మందిరాలు నిర్మించారు. 9-15 క్రీ. శ లో ప్రస్తుత కంబోడియాను ఖేమర్ రాజులు పరిపాలించారు. కంబోడియా ఒకప్పుడు కాంభోజ రాజ్యం గా పిలవబడేది. సూర్యవర్మన్ 11 రాజ్యం చేస్తున్న కాలం లో "అంకోర్ వాట్ "అనే పెద్ద హిందూ మత సంబందమైన ఆలయ సముదాయాన్ని నిర్మించారు. అంకోర్ వాట్ (మందిరముల పట్టణము) ఆవరణలో చిన్న, చిన్న మందిరాలు, మండపాలు కట్టించారు. అందులో విష్ణువు, బ్రహ్మ, శివుడు, సముద్ర మథనం, కృష్ణుని జీవితం అంతా అక్కడ గోడల మీద శిల్పాలు చెక్కారు.

ఇండోనేషియా దీవులైన జావాలో 9 క్రీ. శ లో "ప్రంబనన్ "అనే దేవాలయ సముదాయాన్ని నిర్మించారు. అందులో త్రిమూర్తులైన బ్రహ్మ, విష్ణు, మహేశ్వరులను ప్రతిష్టించారు. వీళ్ళు ఎక్కువగా హిందూమతమునే నమ్మేవారు. 13 శ ముందు సౌత్ –ఈస్ట్ ఆసియా, చైనా తో సహ హిందూ మతమునే నమ్మేవారు, ఆ ఆచార వ్యవహారములనే పాటించేవారు. ఈ మధ్య కాలం లో బాలి ద్వీపం దగ్గర ఉన్న సముద్రము లో "శయన విష్ణువు "ఉన్న మందిరము, మరి కొన్ని చిన్న, చిన్న మందిరముల శిధిలాలు కనుగొనబడ్డాయి. అవి 5000 సం నాటివని కనుక్కున్నారు. ప్రస్తుతం అక్కడ ఉన్న మందిరం పేరు "తమన్ పురా ". ఈ శిధిలాలు ఉన్న చోట పగడపు తీగలతో తోట తయారు చేశారు. బాలి (10-14 క్రీ. శ) లో విష్ణువు

కోసం "తీర్థ విముత "అనే పెద్ద దేవాలయం నిర్మించారు. బాలి లో ఇంకా చాలా దేవాలయాలు కనుక్కొనబడ్డాయి. అలాగే ప్రస్తుత పాకిస్తాన్ లో 19 క్రీ. శ లో నిర్మించిన కృష్ణ మందిరం ఇప్పుడు కూడా హిందూ భక్తులను ఆకర్షిస్తోంది.

వైష్ణవమతం లో దక్షిణ భారత దేశం లోని ఆచార్యులైన రామనుజులు, మధ్వ, ఆళ్వారులు గోపికలను, యశోద దేవి ని గురుంచి ప్రస్తావించారు కానీ రాధా దేవి ని ఏ కావ్యం లోనూ ప్రస్తావించలేదు. ఈ మతం లో కృష్ణుడు స్వయం భగవంతుడు, ఆయన ఆత్మ రాధాదేవి అని, వారిద్దరు ఒకటే అని భారత దేశం అంతా నమ్ముతోంది. అయితే సనాతన వైష్ణవమతం లో రాధని శక్తిగాను, కృష్ణుని శక్తిమంతుడుగాను తలుస్తారు. తూర్పు భారతం లోని గౌడియ వైష్ణవమతంలో చైతన్య మహా ప్రభు వే రాధా కృష్ణ గా భావిస్తారు. చైతన్య మహా ప్రభు శిష్యుడు అయిన జీవ గోస్వామి "ప్రీతి సందర్భ "అనే రచనలో కృష్ణుని పై రాధ ప్రేమ గోపికల కంటే ఎక్కువ అని, చాలా గొప్పది అని వివరించారు. మణిపురి వైష్ణవులు కృష్ణుని ఒక్కరుగా పూజించరు, రాధాకృష్ణులు ఇద్దరినీ ఒక్కరుగా భావించి పూజిస్తారు. నింబారక సంప్రదాయం లోనూ రాధాకృష్ణులను ఇద్దరినీ ఒకటిగా పూజిస్తారు. స్వామినారాయణ సంప్రదాయం లో స్వామినారాయణ సంస్కృతం లో రచించిన "శిక్షపత్రి" అనే కావ్యం లో 212 శ్లోకాలలో స్వామినారాయణను రాధాకృష్ణ గా వర్ణించారు. స్వామినారాయణ కృష్ణుని అవతారము అని ఆయన భక్తులు నమ్ముతారు. కృష్ణునుని కి చాలా రూపాలు ఉన్నాయని, రాధా తో రాధాకృష్ణుడి గాను, రుక్మిణి తో లక్ష్మినారాయణుని గాను దర్శనం ఇస్తారని స్వామినారాయణ వివరించారు. స్వామినారాయణ మందిరాలు దేశ, విదేశాలలో రాధాకృష్ణ తత్వాన్ని ప్రాచుర్యం

చేశారు. దేశవిదేశాలలో స్వామినారాయణ మందిరాలు చాలా నిర్మించబడినాయి.

## రాధాకృష్ణ ప్రేమ (భక్తి) అలౌకిక అద్వితీయ అనిర్వచనీయ ఆనంద రసానుభూతి.

స్వామి ప్రభుపాద (1896-1977 క్రీ. శ) [భగవంతుని పాదముల దగ్గర ఆశ్రయం తీసుకున్నవాడు] చైతన్య మహాప్రభు యొక్క గౌడియ వైష్ణవమతమును అనుసరించి ISCKON [International Society for Krishna Consciousness] అనే సంస్థను స్థాపించారు. ఆ సంస్థ యే "Hare Krishna Movement" గా ప్రపంచం అంతా పేరు ప్రఖ్యాతులు పొందినది. వీరు "హరే కృష్ణ" మంత్రాన్ని బాగా ప్రాచుర్యం చేశారు. ISCKON ఆశ్రితులు స్వామి ప్రభుపాదుని అవతార మూర్తి గాను, దేవదూత గాను భావిస్తారు. ఈ సంస్థ ప్రపంచం లోని చిన్న, పెద్ద దేశాల లోనూ కృష్ణ తత్వం ప్రచారం చేసి అతి పెద్ద మందిరాలు కట్టించారు. బౌద్ధమతం లో, జైన మతం లో కూడా కృష్ణుని గురుంచి ప్రస్తావించారు. 18 క్రీ. పూ భారత –గ్రీకు రాజైన వాసుదేవ - కృష్ణుడు యొక్క నాణాలు సుదర్శన చక్రంతో ఉన్నవి ముద్రించారు.

కృష్ణుడు పాండవులకు అన్ని విషయములలోనూ మంచి సలహాదారుడుగ ఉండేవారు. ఎంత గట్టి ప్రయత్నం చేసిన సంధి పొసగనందువలన కురుక్షేత్రం లో యుద్ధం చేయవలసి వచ్చింది. అప్పుడు కృష్ణుడు అర్జునుని రథమునకు సారధ్యం వహించడం వలన కృష్ణునికి పార్థ (అర్జునుని పేరు) సారథి (రథము తోలేవాడు) అనే పేరు వచ్చింది. మహాభారత యుద్ధం మొదలుపెట్టేముందు ఉదయం కృష్ణుడు అర్జునునికి భగవద్గీతను బోధించారు.

వ్యాస మహర్షి మహాభారతం సంస్కృతం లో రచించారు. భగవద్గీతను సుమారుగా 80 భాషలలో (అన్ని భారత రాష్ట్ర భాషలలోనూ, యూరోపియన్ భాషలలోనూ, ఆసియా భాషలలోనూ, సింహాళి, స్వాహిలీ, ఆఫ్రికాన్ భాషలలోనూ) అనువదింపబడ్డది. మొగలురాజైన అక్బర్ కాలం లో మహాభారతాన్ని పెర్సియన్ భాషలోకి అనువదించారు. ఆయన మునిమనుమడైన “దారా” పరిపాలించిన కాలం లో భగవద్గీతను, ఉపనిషత్తులను “ఆల్లమ్ అబుల్ ఫైజల్ “అనే కవి పెర్సియన్ భాషలోకి అనువదించాడు. ప్రపంచం లో 1918 క్రీ. శ లో “అల్ కిత “ (కిత అంటే గీత, అరబిక్ లో “గ” అనే పదం లేదు) అనే పేరుతో భగవద్గీత మొట్టమొదటి అరబిక్ అనువాదం ప్రచురించారు. సయ్యద్ హాసన్ కాశ్మీరీ అనే పండితుడు కూడా భగవద్గీతను పెర్సియన్ భాష లోకి అనువదించాడు. అన్వర్ జలాల్పూరి అనే కవి భగవద్గీతను ఉర్దు భాషలోకి అనువదించారు.

**కృష్ణుడు:** భగవద్గీతలో తానే భగవంతుడు అని, కష్టసుఖములకి తానే కారణమని, తనను నమ్ముకున్నవారిని చివరివరకు కడతేరుస్తానని: వివరించాడు. మహాభారత యుద్ధం 18 వ రోజున భీష్మ పితామహుని చేత విష్ణుసహస్రనామములు (1000= 108 శ్లోకాలు =6×18) ధర్మరాజునకు ఉపదేశింపచేశాడు. కృష్ణుడు ఉపమన్యు మహర్షి దగ్గర నేర్చుకున్న 1008 శివ సహస్రనామములు దర్మరాజుకి వివరిస్తాడు. అశ్వమేధ పర్వం లో అర్జునుడు భగవద్గీతను తిరిగి చెప్పమని ప్రార్ధించగా కృష్ణుడు సంక్షిప్తముగా “అనుగీత “అను పేరుతో బోధిస్తాడు.

**ఈ కింది శ్లోకం లో**

పరిత్రాణాయ సాధూనాం వినాశాయచ దుష్కృతామ్

ధర్మసంస్థాపనార్ధాయ సంభావామి యుగే యుగే ||

**కృష్ణ భగవానుడు:** సాధువులను రక్షించుటకు, పాపాత్ములను శిక్షించుటకు, ధర్మము స్థాపించుటకు ప్రతి యుగం లోనూ మళ్ళీ మళ్ళీ జన్మిస్తాను: అని అర్జుని ద్వారా భక్తులకు తెలిపాడు.

**ఈ కింది శ్లోకం లో**

పత్రం, పుష్పం, ఫలం, తోయమ్ (జలం) యో మే భక్త్యా ప్రయచ్ఛతీ

తద్ అహం భక్త్యుపహర్తమ్ అస్నామి ప్రియతాత్మనః ||

**కృష్ణ భగవానుడు:** ఎవరయితే భక్తితో పత్రం, పుష్పం, ఫలం, జలం అయినా సమర్పిస్తారో, వారికి సగుణ రూపతో దర్శనం ఇచ్చి వారు పెట్టినవి ఆరగిస్తాను: అని అర్జుని ద్వారా భక్తులకు తెలిపాడు.

కృష్ణుడు 125 సం జీవించారని భాగవత పురాణం లో చెప్పబడింది. మహాభారత యుద్ధం తరువాత ఆయన తిరిగి ద్వారకా వెళ్ళి ప్రభాస తీర్థం దగ్గర మహాప్రస్థానం సాగించి, అవతారం చాలించి వైకుంఠం చేరుకున్నారు.

**కృష్ణుడే భక్తి రక్తి ముక్తి.**

# హిమాలయ పర్వతములు

హిమాలయ పర్వతశ్రేణులు పాకిస్తాన్ లో ఉన్న కారకోరమ్ నుంచి భారతదేశం లో ఉన్న అరుణాచల్ ప్రదేశ్ వరకు విస్తరించినాయి. ఈశ్రేణులు జమ్ము-కాశ్మీర్, హిమాచల్ ప్రదేశ్ భారతదేశంలో], టిబెట్, నేపాల్ రాజ్యాలు, సిక్కిం [భారతదేశం లో], భూటాన్ రాజ్యం ద్వారా విస్తరించుకుంటూ చివరకు అరుణాచల్ ప్రదేశ్ [భారతదేశం లో] చేరుకున్నాయి, మేము వీటన్నిటిని 30 సంవత్సరాలలో దర్శించాము.

హిమాలయాలు మంచు పర్వతాలు. హిందు పురాణశాస్త్రము ప్రకారం [హిమ అంటే మంచు, ఆలయ అంటే నివసించుట] హిమాలయం అంటే 'మంచు యొక్క నివాసం'. హిమవంతుడు అనే పర్వతరాజు ఈ ప్రాంతంమును పరిపాలించుట వలన, ఈ పర్వత శ్రేణులు హిమాలయములు అని పిలవబడుతున్నట్లుగా శివపురాణంలో చెప్పబడింది. ఈ పర్వతములు చైనా, టిబెట్ భూభాగం నుంచి భారతదేశంను విభజించినవి. ఇవి హిందువులకు, బౌద్ధులకు, జైనులకు చాలా పవిత్రమైనవి.

భౌగోళికంగా హిమాలయాలు ప్రపంచం లో ఉన్న అన్ని పర్వతశ్రేణుల లోనూ చాలా కొత్తవి. ప్రపంచంలో మంచు నిక్షేపాలు గల ప్రదేశాలలో హిమాలయాలు 3 వ స్థానంలో ఉన్నాయి. ఉత్తరధ్రువం, దక్షిణధ్రువము తరువాత మంచుగడ్డలు, మంచునిక్షేపాలు ఇక్కడ చాలా ఉన్నాయి. ప్రస్తుతం భారతఖండం భూభాగం ఐరోప భూభాగం లో కలిసి 10 మిలియన్ల సంవత్సరాలు [ఉజ్జాయింపుగా]

అయిఉండవచ్చని చరిత్రకారుల భావన. ఇక్కడే జీవనదులైన గంగ, ఇండస్, , సాంగో-బ్రహ్మపుత్ర జన్మించినాయి.

మహాభారత కాలం కంటె ముందునుంచి ఉన్న పురాతన నాగరికతలో ఉన్న స్థావరాలలో 'కాశ్మీర్ ' ఒకటి అని చరిత్రకారుల అంచనా. కాశ్మీర్ లోయ ఒకప్పుడు సరస్సు అని, దానిని బ్రహ్మ మనుమడైన కశ్యప మహర్షి, వరహాముహ [ప్రస్తుతం బారాముల్లా] కొండలనుంచి క్రిందకిపంపి ఆ సరస్సుని ఎండగట్టారు అనే ఒక కథ హిందూ పురాణాలలో చెప్పబడింది. అందుకనే 'కాశ్మీర్అనగా ఎండిపోయిన భూభాగం అని చెప్తారు [సంస్కృతం లో కా=నీరు, శ్మీర=ఎండిపోయిన భూభాగం అని చెప్పబడింది]. మహాభారత కాలంలో కాశ్మీర్ ని కాంభోజ రాజులు పరిపాలించారు, తరువాత పాంచాల రాజులు పాలించారు. అక్కడ హిమాలయపర్వతశ్రేణులను 'పీర్ పంజల్ 'శ్రేణులు' అంటారు [పాంచాలులు పరిపాలించుట వలన 'పంజల్' అనే పేరు, అక్కడ 'పీర్' అనే గొప్ప ముస్లిం ఫకీర్ ఉండడం వలన ఆ ప్రాంతం పీర్ పంజల్ గా పేరు గాంచింది].

కాశ్మీర్ లో ఉన్న సర్వజ్ఞానపీఠం [దీనిని శారద పీఠం అని కూడా అంటారు] నకు నాలుగు ద్వారములు కలవు. అన్ని దేశములనుండి విద్వాంసులు మూడు ద్వారములలో నుంచి ప్రవేశించగ, ఒక్క దక్షిణ ద్వారము ఎప్పుడు మూసి వుండేది. చివరకు 8వ శతాబ్దం లో ఆది శంకరాచార్యులవారు అక్కడ ఉన్న విద్వాంసులను వేదాంతం లోని అన్ని భాగాలలోనూ ఓడించి దక్షిణద్వారం తెరిపించారు. ప్రస్తుతం ఆ పీఠం నే సరస్వతి శక్తి పీఠం గా [18 మహాశక్తి శక్తి పీఠములలో ఒకటి] వ్యవహరిస్తారు. ఆ గుడి ప్రస్తుతం ఆజాద్ కాశ్మీర్ లో ఉన్నది.

అశోక చక్రవర్తి మౌర్యరాజ్యాన్ని పరిపాలిస్తున్నప్పుడు, కాశ్మీర్ రాజ్యానికి శ్రీనగరి [ఇప్పుడు శ్రీనగర్] రాజధానిగా ఉన్నప్పుడు,

బౌద్ధమతం బాగా ప్రబలింది. కుషాణులు ఉత్తర ఆసియాను [ప్రస్తుతం ఆఫ్ఘనిస్తాన్ ప్రాంతాన్ని] పరిపాలిస్తున్నప్పుడు "కుమారజీవా "అనే కుషాని బౌద్ధ బికువు [హిందూ కుటుంబానికి జన్మించిన వారు] బౌద్ధమతం చైనా వరకు వ్యాపింపచేశారు. అప్పటినుండి మధ్య, తూర్పు ఆసియా నుండి బౌద్ధబికువులు ఎక్కువగా రాజధానిని దర్శించేవారు. అక్కడ పర్వత శ్రేణులలో మంచు లింగం యేర్పడింది, ఆ లింగమును అమరేశ్వర లింగం గా ప్రసిద్ధిచెందింది. ఆ ప్రాంతం అమరనాథ్ గా పిలవబడుతోంది. అమరనాథ్ యాత్ర హిందువులకు చాలా పవిత్రమైనది. యాత్ర జూలై మొదటి నుంచి ఆగష్టు చివరి వరకు చేయవచ్చు. శ్రీనగర్ దగ్గర ఉన్న పర్వతాలలో ఆది శంకరాచార్యుల వారి గుడి ఉన్నది [ఆ కొండని శంకరుని కొండ అంటారు]. అక్కడే శివుని మందిరం కట్టబడింది, ఆ మందిరమునే 'జ్యోతీశ్వర' మందిరం అంటారు.

జమ్ము పట్టణం లో 19 వ శతాబ్దం లో మహారాజ్ గులాబ్ సింగ్, వారి పుత్రుడు మహారాజ్ రణబీర్ సింగ్ ప్రసిద్ధి చెందిన రఘునాథ్ మందిరం నిర్మించారు. ప్రధాన మందిరంలో రాముడు, సీతా, లక్ష్మణుడు, హనుమంతుడు మొదలగు వారి విగ్రహాము లు ప్రతిష్టింపబడినవి. ఉత్తరదేశం లో ఈ మందిరం చాలా పెద్దది, చాలా ప్రతిష్టాత్మకమైనది. ఈ మందిరం లో గొప్ప విశిష్టత కనిపిస్తుంది. ఇక్కడ ఏడు మందిరములకు విడివిడిగా ఏడు గోపురములు ఉన్నవి. ఇది ఈ మందిరం యొక్క ప్రత్యేకత. ఇక్కడ నవగ్రహములకు, దేవతలకు, ధన్వంతరి, చరకుడు, సుశ్రుషుడు మొదలగు వారికి, శివపార్వతులకు, సత్యనారాయణ స్వామి వారికి విగ్రహములు ప్రతిష్టించారు. జ్యోతిర్లింగాల కు చిన్న మందిరం విడిగా నిర్మించారు. ఇక్కడ పెద్ద, పెద్ద స్పటిక లింగములను ప్రతిష్టించారు. జమ్ము లో ఈ మందిరము దర్శనీయ స్థలము.

108 శక్తి పీఠాలలో ఒకటైన శక్తిపీఠం జమ్ము దగ్గర కాత్ర అనే ప్రాంతం లో వైష్ణవిమాత గా స్థిరపడింది. కాత్రలో ఈ ఆలయం చాలా ప్రసిద్ధి చెందినది. మన పురాణాలలో ఈ దేవి గురించి ఒక చిన్న కథ చెప్పబడింది. ఈ కథకు ప్రాచుర్యం చాలా తక్కువ. సతీదేవి యొక్క శరీరంలో 52 భాగాలు భూమి పైన భారతఖండం. నేపాళ్. శ్రీలంక, భాంగ్లదేశ్, పాకిస్తాన్ ప్రదేశాలలో పడి శక్తి పీఠములుగా ఉధ్భవించినాయి, 56 భాగాలు మిగిలిన గ్రహముల మీద చెల్లాచెదరుగా పడినాయి. అందులో సతీదేవి యొక్క కుడిచెయ్యి శుక్రగ్రహం మీద పడింది{మహాలక్ష్మి శుక్రగ్రహానికి అధిపతి]. బ్రహ్మ వలన వరాలు పొందిన అహంకారి 'మురి' అనే రాక్షసుడు మహావిష్ణువుని తరుముతు శుక్రగ్రహం చేరుకున్నాడు. అది చూసి మహాలక్ష్మి ఆగ్రహం తో ఆదిపరాశక్తి ని ప్రార్ధించగా, ఆదిపరాశక్తి కన్యారూపంతో [కాళీమాతగా, మహాలక్ష్మి ఆత్మతో, సరస్వతి జ్ఞానం తో], 'కుమారి' అనే నామధేయంతో రూపుదిద్దుకుంది. ఆ సమయంలో శివుడు శుక్రగ్రహం లోని ఈ ప్రాంతాన్ని భూగ్రహం మీద ఉన్న హిమాలయపర్వత ప్రాంతమునకు మార్చుట చేత, ముర రాక్షసునకు కుమారి అడ్డు వచ్చుటచే, విష్ణువు మురను చంపగలిగాడు. అందువలన విష్ణువునకు 'మురారి' అని పేరు వచ్చింది. అప్పుడు కుమారి[మూడు రూపములు] మూడు పవిత్రమైన రాళ్ళు గా మార్పు చెందారు.

మన పురాణాలలో మరి యొక కథ చాలా ప్రాచుర్యం అయినది. నారద మహర్షి కోరగా శ్రీ మహాలక్ష్మి, రత్నాకర్ మహారాజుకి వైష్ణవి అనే నామము తో పుత్రిక గా జన్మించింది. ఆమె శ్రీ రాముని వివాహం చేసుకోవాలని ఉద్దేశంతో తపస్సు చేయుచుండగా, శ్రీరాముల వారు [ఈ అవతారం లో ఏకపత్నీవ్రతుడు] నిరాకరించి, ఆమెను హిమాలయములలో ఉన్న త్రికుట పర్వతమునకు వెళ్ళమని

కలియుగంతం వరకు తపస్సు చెయ్యమని ఆదేశించినారు. అక్కడినుంచి ఆమె బయలుదేరి త్రికుట పర్వతము చెరుకొని బౌతీకశరీరమును విడిచిపెట్టి 3 తలలు గల 5 అడుగుల రాయిలాగా మారిపోయినది [3 తలలను పవిత్రమైన రాళ్ళు (పిండిస్) అంటారు]. ఆమె మూడు శక్తులు [మహాలక్ష్మి, సరస్వతి, పార్వతి]గల స్వరూపము. ఆమెను వైష్ణవిదేవి గా కొలుస్తారు. దేవి త్రికుటపర్వతములలో స్థిరపడుటచేత ఆమెను త్రికుట అనే పేరుతో కూడా వ్యవహరిస్తారు. మందిరంలో ఒకవైపు మూడు తలలు గల పవిత్రమైన రాయి, రెండోవైపు (వెనుకవైపు) మూడు విగ్రహములు [మహాలక్ష్మి, సరస్వతి, పార్వతి] విడివిడి గా ప్రతిష్టించడమైనది. దేశం నలుమూలల నుంచి సందర్శకులు ఈ క్షేత్రాన్ని దర్శిస్తారు. లడఖ్ జమ్ము, కాశ్మీర్ రాష్ట్రము లో ఒక భాగం.

హిమాచల్ ప్రదేశ్ హిమాలయములలో ఉన్న అతి చిన్న రాష్ట్రము. ఒకప్పుడు ఈ ప్రాంతాన్ని మౌర్యులు, గుప్త రాజులు, హర్షవర్ధనుడు పరిపాలించారు. అప్పుడు లడఖ్ ప్రాంతం లో బౌద్ధమతం బాగా ప్రబలమైంది. అక్కడ ప్రపంచంలో చెప్పుకోదగ్గ బౌద్ధ ఆరామాలు నిర్మించారు. హిమాచల్ ప్రదేశ్ ప్రాంతం లో చింతనపూరి, చాముండ, జ్వాలాముఖి, బ్రిజేశ్వరి, నైనాదేవి అనే 5 శక్తి పీఠములు ప్రతిష్టించారు. జ్వాలాముఖి అష్టాదశ శక్తిపీఠములలో ఒకటిగా ప్రసిద్ధిగాంచినది. 4శ క్రీ. త నుండి 6శ క్రీ. త వరకు పరిపాలించిన గుప్త రాజుల కాలాన్ని 'బంగారు కాలం' గా చరిత్రకారులు పరిగణించారు. ఆ కాలంలో గణితం, విజ్ఞానం, సాంకేతక విజ్ఞానం, ఇంజినీర్ విభాగము, సాహిత్యం, మతము, తత్వము, వేదాంతము, కళలు, భాషలు, ఖగోళ శాస్త్రం లోనూ చాలా కొత్త విషయాలు తెలుకోబడ్డాయి, కొత్త విధానాలు ఆవిష్కరింపబడ్డాయి. ఈ కాలం లో కాళిదాసు, వరహామిహిరుడు ఆర్యభట్టు, వాత్సాయనుడు, విష్ణుశర్మ

మరియు అమరసింహుడు నివసించేవారు. అమరసింహుడు 'అమరకోశం'[నామలింగనుశాసనం] అనే విజ్ఞాన సర్వస్వమైన గ్రంధము ను సంస్కృతం లో రచించినారు. 6 శ క్రీ. త గుప్త రాజులను ఓడించి హర్షవర్ధన మహారాజు ఈ ప్రాంతమును పరిపాలించారు. ఆయన కాలం లో భాణభట్టు అనే ఆస్థానకవి ఉండేవారు. ఆయన 'హర్షచరిత్రము' అనే గొప్ప కావ్యము రచించారు. హ్యూయాన్సాంగ్ అనే బౌద్ధ బికువు హర్షవర్ధన మహారాజుని ఎక్కువగా దర్శించేవారు. ఈ సమయంలో బౌద్ధమతము, హిందూమతం రెండు సమానంగా వర్ధిల్లినాయి. ఈ సమయం లో చాలా బౌద్ధ ఆరామాలు నిర్మించడమైనది.

హిమాలయ పర్వతాల గురించి మహాకవి కాళిదాసు "కుమార సంభవం "అనే కావ్యం లో చాలా గొప్పగా వర్ణించారు. మొట్టమొదటి శ్లోకం లో వాటిని గురించి వివరంగా వర్ణించారు.

అస్త్యుత్తరశ్యామ్, దిశిదేవ తాభ్యాం, హిమాలయోనామ నగధి రాజః,

పూర్వపరౌతోయ నిధి వగహ్య, స్థిథపృథివ్యా ఇవ మాన దండహ.

"మన భూభాగానికి ఉత్తరంగా హిమాలయము అనే మంచు పర్వతములు [పర్వతములకు రాజు], భూమిని తూర్పునుంచి పడమటి వరకు కొలిచే సాధనంలా కనిపిస్తున్నాయి ". 15 వ శతాబ్దం లో పరిపాలించిన విజయనగర సామ్రాజ్యాధిపతి శ్రీ కృష్ణ దేవరాయలు ఆస్థానములో ఉన్న "అష్టదిగ్గజములు" ల లో ఒకరైన అల్లసాని పెద్దన్న రచించిన "మనుచరిత్ర "అనే కావ్యం లో హిమాలయము పర్వతములు అంబరాన్ని [ఆకాశాన్ని] చుంబిస్తున్నట్టుగా వర్ణించడమైనది.

హిమాలయములలో ఉత్తర్ ఖండ్ ప్రాంతం చాలా పవిత్రమైనది. ఈ ప్రాంతాన్ని దేవభూమి అని అంటారు. మహాభారత యుద్ధం లో బంధువులను, స్నేహితులను చంపడం వలన పాపం చుట్టుకుంటుందని భావించి, పాపపరిహారార్థం శివుని కొరకు తపస్సు చేయదలంచి, పాండవులు కైలాశానికి ప్రయాణం సాగించారు. ఈ ప్రయాణంలో కాశి అనే ఒక చిన్న ప్రదేశం లో శివుడు దాక్కుని ఉన్నట్టు గా పాండవులు గ్రహించి ఆ ప్రాంతమునకు గుప్తకాశి అని పేరు పెట్టడం జరిగింది. తిరిగి ప్రయాణం సాగించి గౌరికుండం అనే ప్రాంతానికి చేరుకున్నారు. పార్వతిదేవి శివుని వివాహం చేసుకొనడానికి ఈ ప్రాంతం లో తపస్సు చేసినట్టుగా శివపురాణం లో చెప్పబడింది. ఇక్కడ రెండు ఉష్ణ కుండములు ఉండుట వలన ఈ ప్రాంతం గౌరికుండం అనే పేరుతో ప్రాముఖ్యత చెందినది. కేదార్ నాథ్ కి నడక దారి ఇక్కడి నుంచే మొదలౌతుంది. తిరిగి ప్రయాణం సాగించి కేదార్ అనే ప్రాంతం చేరుకున్నారు[సత్య యుగం లో కేదార్ అనే మహారాజు పరిపాలించుట వలన ఈ ప్రాంతం కేదార్ రాజ్యం అనే పేరుతో ప్రసిద్ధిచెందింది. అక్కడ శివుడు[ఇక్కడ లింగ రూపము లేదు]శంఖరూపం లో ఉన్న శిల రూపం తో జ్యోతిర్లింగముగా దర్శనము ఇచ్చి కేదారేశ్వరుడు గా పిలవబడుతున్నాడు. ఇక్కడి నుంచి మళ్ళీ ప్రయాణం సాగించి ఇదే పర్వతశ్రేణులలో ఉన్న బదరిక ఆశ్రమమునకు చేరుకున్నారు. ఈ ప్రాంతం లో బదరిక[రేగి] వృక్షములు ఎక్కువగా పెరుగుట వలన, చాలా యుగముల నుండి ఋషులు తపస్సు చేయడం వలన, బదరికాశ్రమము గా పేరుగాంచినది. మన స్మృతి పదానికి అందని కాలంనుంచి ఇక్కడ నర, నారాయణులు [ద్వాపరయుగం లో కృష్ణుడు గా, అర్జునుడు గా అవతరించారు], సనక సనందన, సనత్కుమార, సనత్ సుజాత [వీరు నలుగురు చిరంజీవులు] అనే మహర్షులు, ఇంకా చాలా మంది

ఋషులు, సన్యాసులు ఇక్కడ తపస్సు చేసేవారని పురాణాలల్లో చెప్పబడింది. ఇప్పుడు కూడా సాధువులు, సన్యాసులు ఇక్కడ తపస్సు చేస్తూ వుంటారు. శ్రీ మహావిష్ణువు ఇక్కడ రేగి చెట్టు నీడన తపస్సు చేసినట్టుగా పురాణాలలో చెప్పబడింది. అందువలన ఈ ప్రాంతమును బదరీనాథ్ అని, విష్ణువును బదరినారాయణుడు అని కొలుస్తారు. ఆది శంకరాచార్యులవారు 8 వ శతాబ్దము లో ఈ ప్రాంతం లోని శక్తిని, ప్రాముఖ్యతను గుర్తించి కేదారనాథ్ లో శివ శక్తిని, బదరీనాథ్ లో విష్ణుశక్తిని పునరుద్ధరించారు. ఆది శంకరాచార్యులవారు భారతదేశం లో నాలుగు దిక్కులలోనూ శంకరమఠాలు స్థాపించారు, అందులో ఒకటి ఉత్తరదిక్కున జోషిమఠం అనే ప్రాంతం లో [బదరీనాథ్ కి దగ్గరలో] స్థాపించారు. అక్కడి నుంచి ముందుకి ప్రయాణం సాగించి 'మన' అనే గ్రామము ద్వారా ముందుకు సాగి స్వర్గప్రవేశం చేసినట్టుగా పురాణాలలో చెప్పబడ్డది. ఈ మార్గం ద్వారానే శ్రీ కృష్ణుడు, ఋషులు కైలాస పర్వతమునకు ప్రయాణం సాగిస్తారని పురాణములద్వారా తెలుసుకొని, 1929లో స్వామి తపోవనం అనే ఆయన శిష్యబృందముతో కలిసి అతి కష్టమైన త్రోవలో చాలా ఇక్కట్లకు గురై కైలాస పర్వతము, మానససరోవరం చేరుకున్నారు.

ఈ పర్వత శ్రేణులలో [గంధమాధన పర్వతము] 'బ్రహ్మకమలము' అనే అద్భుతశక్తి గల పుష్పము విరివిగా లభ్యమవుతుంది. ఈ పుష్పము అపూర్వమైనది, బదరీనాథునకు చాలా ప్రీతికరమైనది.. ఈ పుష్పము యొక్క అమృతముతో వినాయకునికి గజాసురుని ముఃఖము అతికించేనని ఇక్కిడి ప్రజల ప్రఘాడ విశ్వాసము. ఈ ప్రాంతము లో ఉన్న హేమకుండము అనే సరస్సు లో బ్రహ్మకమలములు లభ్యమవుతాయని, వాటిని యక్షులు రక్షిస్తారని, ద్రౌపది దేవి కి ఈ పుష్పము వలన మనస్సు

ఉల్లాసమైనదని దానిని కొని రమ్మని భీముని పంపగా, భీమునకు హనుమంతులవారి దర్శనం లభించునట్టు మహాభారతం లో పెర్కొనబడింది. గురు గోబింద్ సింగ్ అనే సిఖ్ గురువు ఈ సరస్సు లో పవిత్ర స్నానము గావించి అక్కడే తపస్సు చేశారని తెలుసుకొని అక్కడ ఒక గురుద్వారా నిర్మించారు. సిక్ఖులకు చాలా పవిత్రమైన తీర్థము. దేశము నలుమూలల నుండి సిక్ఖులు ఈ గురుద్వారాను సందర్శిస్తారు. ఈ పర్వత ప్రాంతాలలో హనుమంతుడు, అశ్వథ్థామ [బ్రహ్మరాక్షసి రూపము లో] చిరంజీవులు గా తిరుగుతుంటారని ప్రతీతి. ఇక్కడకు దగ్గరగా ఉన్న దుణగిరి పర్వతప్రాంతములో సంజీవిని మూలిక[హనుమంతుడు ఇక్కడినుంచే సంజీవిని పర్వతం తీసుకుని వెళ్ళాడాని ఇక్కడి ప్రజల విశ్వాసము] ఎక్కువగా లభ్యమౌతుంది కొద్దిగా క్రిందకు దిగితే అక్కడ 'పూల లోయ' [valley of flowers] ప్రాంతములో ఔషధములకు ఉపయోగించే మొక్కలు, అరుదుగా లభించే మొక్కలు ఇక్కడ లభించును. జులై, ఆగష్టు మాసములలో లోయలో పూలు వికసిస్తాయి. అంతా పూలమయంగాను, పూలు పరిచినట్టుగాను ఉంటుంది. ఈ సమయంలో ఈ ప్రాంతం చాలా అందముగా కనిపిస్తుంది. ఈ సమయంలో దేశ, విదేశాలనుంచి వృక్ష శాస్త్రజ్ఞులు, పర్యాటకులు ఈ ప్రదేశాన్ని సందర్శిస్తారు. ఈ లోయకు కొద్ది దూరములో కుమన్ – హిమాలయ పర్వత శ్రేణుల లో అల్మోరా అనే ప్రాంతానికి దగ్గరగా మాయావతి అనే ప్రదేశము లో స్వామి వివేకానంద 1889 లో అద్వైత ఆశ్రమం స్థాపించారు. అద్వైత మతము [ఆత్మ, బ్రహ్మము రెండు ఒక్కటే] యొక్క సిద్ధాంతం ప్రకారము అక్కడ విగ్రహారాధన చేయరాదని వివేకానందుని శాసించారు. అందువలన అక్కడ శ్రీ రామకృష్ణుని విగ్రహం కానీ ఫోటో కానీ పెట్ట లేదు. ఈ ఆశ్రమము

అద్వైత వేదాంతమును అధ్యయనం చేసి ఆచరణలో పెట్టటానికి అంకితం చేశారు.

జీవనదులైన గంగానది, ఇండస్ నది, సాంగో-బ్రహ్మపుత్ర నది మొదలైనవిహిమాలయములలోజన్మించినాయి. మందాకిని[ఆకాశ గంగ], అలకనంద, యమున, మోక్షకామి ఐన సరస్వతి ['మన' అనే గ్రామం దగ్గర జన్మించి అంతర్వాహిని గా ప్రవహించి అలహాబాద్ త్రివేణి సంగం లో కలుస్తుంది] నదులు కూడ హిమాలయాలలో నే జన్మించినాయి. భగీరథ మహారాజు తన పూర్వీకులను [పాతాళం లో కపిల మహాముని ఆగ్రహానికి బూడిద ఐన 60 వేల మంది సగర పుత్రులను] పుణ్యలోకాలకి పంపించాలనే ఆతృతతో, గంగాదేవి ని క్రిందకు తెచ్చుటకు బ్రహ్మ దేవునికి ఘోరమైన తపస్సు చేసి వరం దారు. గంగాదేవి యొక్క ప్రవాహవేగం భూమాత తట్టుకావడం కష్టం అని భావించి భగీరథుడు శివుని ప్రార్థించగా, శివుడు గంగని తన జటాజూటము లో పొందుపరచి, నెమ్మది నెమ్మదిగా భూమి మీదకు వదిలాడు. భూమి మీదకు దిగుతున్నప్పుడు గంగాదేవి గోముఖం నుంచి బయటకు వచ్చి గంగోత్రి లో భాగీరథి గా పేరు గాంచి, అక్కడ నుంచి అలకనందని దేవ ప్రయాగలో, పిండర్ ని కర్ణ ప్రయాగలోను, నందాకిని ని నంద ప్రయాగలోను, మందాకిని ని రుద్ర ప్రయాగలోను, దౌలి గంగను విష్ణు ప్రయాగ లో ను[ఈ 5 టిని కలిపి 'పంచ్ ప్రయాగ' అంటారు] కలిసి అక్కడి నుండి గంగానదిగా పేరు గాంచి ఋషికేష్, హరిద్వార్, అలహాబాద్, కాశి, గయ ద్వారా ప్రయాణించి హుగ్లి నది లో కలిసి ప్రయాణించి చివరకు సముద్రం [Bay of Bengal] లో కలిసి పాతాళమునకు చెరి సగరకుమారుల అస్తికల మీదుగా ప్రవహించి, వారిని పునీతులు గావించింది. అందువలన గంగానది మానవులకు చాలా పవిత్రమైనది. ఈ నదిలో స్నానము చేస్తే పుణ్యలోకాలు ప్రాప్తిస్తాయి అని హిందువుల నమ్మకము. పురాణాలను అన్వయిస్తే

ఈ పర్వత ప్రాంతాలలోనే శ్రీ సుబ్రమణ్యేశ్వర స్వామి జన్మించినట్టుగా భావించవచ్చు. ఇండస్ నది పశ్చిమదిశగా ప్రవహించి పంజాబ్ [భారతదేశం] నుంచి పాకిస్తాన్ లో ఉన్న నదులలో కలిసి చివరికి అరబియా సముద్రం చేరుతుంది. బ్రహ్మపుత్ర నది తూర్పు గా ప్రవహించి గౌహతి నుంచి కిందకు ప్రవహించి Bay of Bengal లో కలుస్తుంది.

ఋగ్ వేదం లో కైలాస పర్వతం, మానససరోవరం గురుంచి పేర్కొనటం జరిగింది. ఇవి రెండు హిందువులకు, బౌద్ధులకు, జైనులకు చాలా పవిత్ర [పుణ్య, పావన] మైన స్థలములు. " ఏ పురాతన నాగరికతకు తెలియని పవిత్రమైన, మనోహరమైన, స్ఫూర్తినిచ్చే ప్రసిద్ధమైన సరస్సు 'మానస సరోవరం ' అని "స్వామి ప్రణవనంద స్తుతించారు. స్కాండపురాణం ప్రకారం "హిమాలయ పర్వత శ్రేణుల లో కైలాస పర్వతము వంటి పర్వతము, మానస సరోవరము వంటి సరస్సు మరి యెక్కడ లేవు. వీటి దర్శనము వలన: సూర్యుని వేడితో మంచు బిందువులు కరిగినట్టుగా: మానవుల పాపములు హరిస్తాయి. కైలాస పర్వతం విశ్వమునకు కేంద్రముగా హిందూ పురాణాలలలో ను. జైనుల మూలాగ్రంధము లో ను, బౌద్ధుల మూలగ్రంధముల లో ను, బోన్ సాంప్రదాయము [టిబెట్ బౌద్ధమతం] లో ఉన్న యాంగ్ దృక్ [తొమ్మిది అంతస్తుల స్వస్తిక్ పర్వతం] లో ను నిర్వచించడమైనది. హిందువులకు, బౌద్ధులకు, కైలాస పర్వత తీర్థయాత్ర చాలా పవిత్రమైనది, మరియు కైలాస పర్వత దక్షిణ ద్వారం దగ్గర ఉన్న అష్టపాద్ అనే తీర్థం జైనులకు చాలా పవిత్రమైనది. హిందువులకు కైలాస పర్వతం శివ పార్వతుల పవిత్రాలయం, జైనులకు వారి మొట్టమొదటి తీర్థాంకరుడు ఐన ఋషభదేవుడు [భగవాన్ ఆదినాథ్] ఇక్కడ జ్ఞానోదయం పొంది మోక్షము సాధించారు. టిబెట్ బౌద్ధమతం లో

“బోన్ “సాంప్రదాయం చాలా పురాతనమైనది. ఈ సాంప్రదాయం లో, వారి స్థాపకుడైన “గురు పద్మసంభవుడు “స్వర్గం నుంచి కైలాస పర్వతంనకు దిగి వచ్చినట్టు భావిస్తారు. టిబెట్ బౌద్ధ మతం యొక్క సాంప్రదాయానికి అనుగుణంగా ఉన్న ఇతిహాసం లో, “ఎప్పుడైతే ఎక్కువమంది బౌద్ధ బికువులు ఈ కైలాస పర్వత ప్రాంతములో కలుస్తారో, అప్పుడు గౌతమ బుద్ధుడు దర్శనము ఇస్తాడు “, అని పేర్కొనబడింది కైలాస పర్వతమునకు కొద్ది దూరం లో ఉన్న మానస సరోవరం ప్రపంచం లో చాలా పెద్దదైన మంచినీటి సరస్సు. ఆ సరస్సు వృత్తాకారములో ఉంటుంది. దాని చుట్టు కొలత సుమారు 90 కి. మీ ఉంటుంది. ఈ సరస్సు లో స్నానం చేసినా, నీరు త్రాగిన పాపములు హరిస్తాయని హిందూ మతగ్రందాలలో చెప్పబడింది. ఈ సరస్సు [‘అనావతప్త ‘ అని సంస్కృతం లోను, ‘ అనతొట్ట ‘ అని పాలి భాష లోను చెప్పబడిన పురాణాలలోని సరస్సు] దగ్గర గౌతమ బుద్ధుని తల్లి ‘ రాణి మాయాదేవి ‘ (బుద్ధుని) గర్భం ధరించినది అని బౌద్ధుల నమ్మకము. హిందూ పురాణాల లో దేవతలు [సిద్ధ, కిన్నెర, కింపురుష, గాంధర్వ, యక్ష, విధ్యాధరులు]: కామరూపులు: ఇక్కడ జలకాలు అడుతారు అని చెప్పబడింది. ఆకాశం నుంచి నక్షత్రాల రూపం లో కిందకి తేలుతూ వస్తున్నట్టు, జలకాలు ఆడి అక్కడ నుండి తిరిగి తేలుతూ పైకి తేలుతూ వెళుతున్నట్టు కనిపిస్తుంది అని చూసిన పర్యాటకులు చెప్పడం జరిగింది [mystic lights 2012: you tube]. భూగోళం లో ఉన్న ఎత్తైన పర్వతాలలో “మౌంట్ ఎవరెస్ట్ “మొదటి స్థానం లో ఉంది. దానిని నేపాలీ భాషలో “సాగరమాత “అని పిలుస్తారు. గురు పద్మసంభవుడు ఉత్తర భాగం వాలు లో ఉన్న రొంగ్ చుక్ అనే గ్రామం లో బౌద్ధ విహారం నిర్మించారు.

ఈ హిమాలయ పర్వత ప్రాంతాలలో ఉన్న రాజ్యం “నేపాల్”. ఆ రాజ్యం యొక్క రాజధాని “ఖాట్మండు”. ఇక్కడ చారిత్రకమైనవి,

ప్రాముఖ్యమైనవి చాలా మందిరాలు ఉన్నాయి. అందులో ముఖ్యమైనవి, ప్రసిద్ధమైనవి పశుపతినాథ్ ఆలయం, శయన విష్ణువు ఆలయము. ఈ భారతఖండము మీద ఉన్న 275 శివుని విశిష్టస్థానములలో పశుపతినాథ్ ఆలయం చాలా ప్రాముఖ్యమైనది. ఈ ఆలయం భాగమతి నది తీరం లో ఉన్నది. పశుపతినాథ్ అంటే పశుపతి [శివుడు] అన్ని పశువులకు [ప్రాణంతో ఉండేవి, ప్రాణంతో లేనివి] నాథుడు [భరించేవాడు]. ఇక్కడి శివలింగం 400 క్రీ. త నుంచి ఉండవచ్చని చరిత్రకారుల అంచనా. శివలింగమునకు నాలుగు తలలు [నాలుగు దిక్కులను చూసేడట్టుగా] కలవు. దక్షిణ ఆసియాలో ఉన్న 52 శక్తి పీఠములలో ఒకటైన "గుహ్యేశ్వరి దేవి "గుడి పశుపతినాథ్ ఆలయమునకు కొద్ది దూరములో భాగమతి నది తీరం లో నిర్మించినారు. ఖాట్మండు న కు సుమారు 5 కి '. మీ దూరం లో "బుధికంఠ "అనే మందిరం నిర్మించారు. అక్కడ విష్ణువును "జలశయన నారాయణ "అంటారు. అక్కడ మెలికలు తిరిగి చుట్టలు చుట్టుకొని నీళ్ళలో [పాల సముద్రం] లో ఉన్న ఆదిశేషుని పైన శయనించిన విష్ణువు యొక్క శిల్పం చెక్కబడింది. ఆ శిల్పమునే బుధ్ధికంఠ అంటారు. ఈ శిల్పము నేపాల్ లో ఉన్న శిల్పములు అన్నిటిలోను చాలా పెద్దది, చెప్పుకోతగినది, బహు అందముగా చెక్కబడింది. ఖాట్మండు లో ప్రపంచము లో నే అతి పెద్దదైన బౌద్ధనాథ స్థూపం, ఆకాశం అంచులు తాకుతుందేమో, అన్నట్టుగా నిర్మించారు. ఈ స్థూపము "గౌతమ బుద్ధుడు "మహాసమాధి చెందిన తరువాత, టిబెట్ బౌద్ధమతము ను అనుసరించి నిర్మాణము జరిపించారు. ఈ స్థూపము అంతా బంగారము తో పూత పూయించారు.

తూర్పు నేపాల్ లో ను, సిక్కిం లో ను ఉన్న హిమాలయ పర్వత శ్రేణులను "కాంచన్ జంగా హిమల్ "అంటారు. కాంచన్ జంగా పర్వతం నేపాల్ లో రెండవ స్థానం లో, ప్రపంచం లో మూడవ స్థానం లో ఉంది. కాంచన్ జంగ అంటే మంచు యొక్క నిధులు అని స్థానికుల భావన. అవి బంగారం, వెండి, మణులు, ఆహార ధాన్యాలు, మతగ్రంధాలు. కాంచన్ జంగ పర్వతం గాంగ్ టాక్, కాలీపాంగ్, డార్జీలింగ్ నుంచి కనిపిస్తుంది. చైనా బార్డర్ దగ్గర ఉన్న "నాథులా పాస్ "[సిల్క్ రూట్] వెళ్ళే దారిలో "సాంగో "సరస్సు, "నాథులా "దగ్గర బాబా మందిరం దర్శించాము. మేజర్ హర్భజన్ సింగ్ అనే పంజాబీ యోధుడు [భారత సైన్యం], భారత –చైనా యుద్ధములో [25 ఏళ్ళ వయస్సు ఉన్నప్పుడు] లో మరణించారు. అక్కడ ఆయనకు మందిరం కట్టించి గౌరవించారు. అక్కడ ఆయన జావానులను అందరినీ రక్షిస్తారని, అక్కడ ఉన్న సైన్యానికి నమ్మకం.

టిబెట్ బౌద్ధమతం యొక్క గురువైన "గురు పద్మసంభవుడు" [గురు రింపోచ్ అని కూడా అంటారు] సిక్కిం లో బౌద్ధమతం వ్యాపింపచేశారు. సిక్కిం లో "సంద్రుప్త్సే" [కోర్కలు తెర్చే కొండ] మీద 135 అడుగుల ఎత్తైన "పద్మసంభవుని "విగ్రహన్ని 2004 సం. లో స్థాపించారు. పద్మసంభవుడు పద్మం లో కూర్చున్నట్టుగా విగ్రహం ప్రతిష్టించడమైనది. ఈ కొండ" నాంచి" అనే ఊరు కి దగ్గరగా ఉంది. ఇక్కడకు కొద్ది దూరంలో "రోబాంగ్ "అనే ప్రాంతం లో గౌతమ బుద్ధుని 2550 సం. పుట్టినరోజు జ్ఞాపకార్థంగా, 130 అడుగులు గల కూర్చుని ఉన్న బుద్ధుని విగ్రహాన్ని 2013 సం. లో ఆవిష్కరించారు. ఈ బుద్ధుని విగ్రహం క్రింద స్థూపాకారం లో భవనం నిర్మించడమైనది. అందులో గౌతమ బుద్ధుని జీవిత చరిత్ర [పుట్టుక నుంచి మహాసమాధి వరకు] చిత్రీకరించారు. బుద్ధుని విగ్రహం చుట్టూ ఉద్యానవనం పెంచారు.

ఈ ఉధ్యనవనాన్ని "బుద్ధ పార్క్ "అంటారు, అంతే కాక ఈ ఉధ్యా నవనాన్ని "తథాగత్ స్థల్ "[బుద్ధుని కి మరో పేరు తథాగత్] అని అంటారు.

హిమాలయలకు తూర్పులో చివరగా భూటాన్, అరుణాచల్ ప్రదేశ్ ఉన్నాయి. భూటాన్ లో బౌద్ధ మతం ప్రధానము గా స్వీకరింపబడినది. 17 వ శతాబ్దం లో ఇక్కడ పెద్ద, పెద్ద బౌద్ధ ఆరామాలు ఎక్కువగా నిర్మించారు. అరుణాచల్ ప్రదేశ్ అంటే "సుర్యోదయం నుంచి వెలుగుతున్న పర్వతాల భూమి "అని చెప్పవచ్చు. ఈ రాష్ట్రం చైనా, భారత్ ల మధ్య సరిహద్దుగా ఉన్నది. ఈ పర్వతాలను పురాణాలలో "ప్రభు పర్వతాలు "గా వర్ణించారు.

హిమాలయ పర్వతాలు హిందువులకు, బౌద్ధులకు, జైనులకు చాలా ముఖ్యమైనవి, పవిత్రమైనవి. ఈ పర్వతములను ఎప్పటికీ పవిత్రముగానే ఉంచమని భగవంతుని ప్రార్ధిద్దాము.

# సృష్టి

## సృష్టి: ఎప్పుడు, ఎక్కడ, ఎలా?

ఈ అనంతమైన నక్షత్రమండలాలలో మన విశ్వం ఒకటిగా భావించవచ్చు. విజ్ఞానపరంగా మన విశ్వం చిన్నది అని, దాని కంటే పెద్దవి అనంతంగా ఉన్నాయని, దాని కంటే చిన్నవి కూడా అనంతంగా ఉన్నాయని నిరూపించింది "బిగ్ బాంగ్ "సిద్ధాంతం. అన్నిటికంటే పెద్దదైన విశ్వంను బ్రహ్మ వైవర్తక పురాణం "గోలోకం "గా అభివర్ణించింది. ఇక్కడ భగవంతుడు ""బ్రహ్మతేజస్సుగా" వెలుగుతో నిండి ఉంటారు.

మొట్టమొదట మానవ సృష్టి చేయాలని జ్యోతి రూపం లో ఉన్న భగవంతుడు భావించడాని మన పురాణాలలో చెప్పబడింది. మొదలు అన్నిటికంటే పెద్దదైన గోలోకం లో సర్వశక్తిమంతురాలైన దేవతామూర్తి చేత సృష్టి చేయబడింది. ఆమెయే మొట్టమొదటి సృష్టి, స్థితి, లయ. ఆమె "శూన్య బిందు "గా దర్శనమిచ్చింది. ఆమె నుదుటి నుండి సత్యా లోకం, కేశములనుండి విశ్వమును, కళ్ల నుండి సూర్యచంద్రులను, చెవులనుండి 4 దిక్కులను, మాటలను నుండి వేదాలను, పంటి నుండి ప్రేమ, మరణము, ఆవేశము సృష్టించింది.

వైష్ణవ పురాణం లో ఆమెనే యోగమాయ గా వర్ణిస్తారు. బ్రహ్మాండ పురాణం లో "ఆ దేవత స్వరూపమే (ఒక అండం) రెండు భాగాలుగా (రెండు అండములుగా), ప్రకృతి, పురుషుడుగా" విభజింపబడినట్టు విశదీకరించారు. ఒక అండము లో నుండి కృష్ణుడు అనే

పురుషుని (ఈయన గోకులం యొక్క సర్వ –శక్తిమంతుడు అని వ్యాసభాగవానులు రాసిన హరివంశంలో చెప్పబడింది. ఈయన, 28 వా వైవశ్వతమన్వంతరం లోని ద్వాపరయుగం లోని కృష్ణుడు ఒకరు కాదు). కాళీ అనే స్త్రీ జన్మిస్తారు. వారిని విశ్వము యొక్క తోబుట్టువులు గా భావిస్తారు. (కర్నాటకశాస్త్రీయ సంగీతంలో వీరిద్దరిని తోబుట్టువులుగా వర్ణిస్తూ కృతులను రచించారు). తరువాత కాళిక త్రిపురసుందరిగా మార్పుచెంది మరి రెండు అండములను సృష్టించింది. మొదటి అండము లో నుండి విష్ణువు, గౌరి ఉద్భవించిరి, రెండవ దానినుండి శివుడు, మూలప్రకృతి అయిన రాధా (గోలోకం లోని శ్రీకృష్ణుని యొక్క దేవేరి) ఉద్భవించిరి.

భాగవత పురాణం శ్రీ విష్ణువు సృష్టి, స్థితి, లయ కు మూలకరకుడని పేర్కొంది. ఆయనే అనంతుడైన "హరి "గా గుర్తించింది. ఆయనే అన్ని సృష్టిలకు మూలకారకమైన సర్వశ్రేష్టమైన బీజము అని, అతి చిన్న దానికంటే చిన్నదని, అతి పెద్ద దానికంటే పెద్దదని, అతి గొప్ప దానికంటే గొప్పదని నిర్ధారించింది.

మొదటి సృష్టి ప్రారంభం అయ్యే ముందు విశ్వం బంగారు అండం రూపం లో ప్రత్యక్షం అయింది. సృష్టికర్త అయిన బ్రహ్మ అందులోనుంచి ప్రత్యక్షమయ్యి "హిరణ్యగర్భుని "గా పిలవబడ్డాడు. హిరణ్యగర్భను సర్వాత్మక బీజముగా గ్రహించవచ్చు. బ్రహ్మ అనేది "బృ" అనే సంస్కృత పదములో నుంచి గ్రహించినది. "బృ" అంటే పెరుగుట, పుట్టుట. దీనిని ఉపనిషత్తులు "బ్రహ్మన్ "గా గుర్తించారు. ఈ అండం రెండుగా విభజింపబడి, పై భాగం 70 ఉర్ధ్వలోకములుగాను. క్రింది భాగం అధరలోకములు గాను ప్రసిద్ధి పొందినవి.

ఇది సృష్టి యొక్క మొదటి భాగం.

ప్రతి విశ్వంనకు బ్రహ్మ ఉన్నట్టే మన విశ్వంనకు ఉన్న బ్రహ్మ, విష్ణువు నాభిలో నుంచి జన్మించాడు. పురాణాలలో బ్రహ్మ ఒక్క రోజు ఒక్క కల్పం గా నిర్ధారించారు. 1 కల్పం అంటే 4. 32 బిల్లీయన్ల (1000 మహాయుగాలు) సంవత్సరాలుగా నిర్ధారించారు. ప్రతి కల్పం 14 మన్వంతరములుగాను, ఒక్కొక్క మన్వంతరం 71 చతుర్యుగాలుగా (306, 720, 000 సం) విభజించారు. మొదటి, చివర మన్వంతర మధ్యకాలం సంధ్యగా చేస్తారు. ఆ కాలం సత్యయుగం (1, 728, 000 సం) అంత ఉంటుంది. బ్రహ్మ నెలకి 30 రోజులు ఉంటాయి (268. 2 బిలియన్ సం). బ్రహ్మ సంవత్సరానికి 12 నెలలు అంటే 360 రోజులు (పగలు మాత్రమే, రాత్రులు బ్రహ్మ నిద్రిస్తాడు. విశ్వం యొక్క వయస్సు బ్రహ్మ 100 సంవత్సరాలతో సమానం. ప్రతి కల్పం చివరలోను ప్రళయం వస్తుంది. అప్పుడు భూమి అంతా నీటితో నిండి ఉంటుంది. అందులో పసిపాపగా వట పత్రం (మర్రి ఆకు) మీద శయనిస్తున్న విష్ణువు దర్శనమిస్తాడు. అందుకని ఆయనను వటపాత్ర సాయి అనే పేరుతో పిలుస్తారు. మరునాడు తిరిగి సృష్టి ప్రారంబిస్తాడు.

**మన విశ్వం:** బ్రహ్మ విష్ణువును ధ్యానించి సృష్టి ప్రారంబించాడు. మొట్ట-మొదట నలుగురు మానసపుత్రులను (సనక, సనందన, సనత్ కుమార సనత్ సుజాత), మానస పుత్రుడైన నారద మహర్షి ని సృష్టించాడు. తిరిగి సృష్టి చేయమన్న బ్రహ్మ కోరికను తిరస్కరించి వారు ఎప్పటికీ సన్యాసులు గానే ఉన్నారు. వీరు నలుగురు చిరంజీవులు. బ్రహ్మ మళ్ళీ 10 మంది ప్రజాపతులను సృష్టించాడు. అందులో 9 మంది మహర్షులు ఐన మరీచి, అత్రి, అంగీరసుడు, పులహుడు, పులస్త్యుడు, క్రతు, వశిష్టుడు, ప్రచేతసుడు, భృగు ఒకేసారి సృష్టి చేసి తిరిగి ఋషులుగా మిగిలిపోయారు. వీరినే నవబ్రహ్మలు అంటారు. పదవ ప్రజాపతి సృష్టి చేయడమే కాకుండా

రాజ్యాన్ని పరిపాలించారు. వీరందరిని బ్రహ్మ మానసపుత్రులు గానే పరిగణిస్తారు. బ్రహ్మ తొడ నుండి (అసురులను), నోటి నుండి (సురులను), పక్కలనుండి పితృ దేవతలను, వయస్సు నుండి పక్షులను, ఛాతీ నుండి, మేకలను, పొట్ట నుండి గోవులను, కాళ్ల నుండి గుర్రములను, ఏనుగులను, మిగిలిన జంతువులను, శరీరము యొక్క వెంట్రుకలనుండి చెట్లను సృష్టించాడు. ఇంకా నోటి నుండి బ్రహ్మణులను, ఛాతీ నుండి క్షత్రియులను. తొడల నుండి వైశ్యులను, కాళ్ళ నుండి శూద్రులను సృష్టించాడు.

ఇంతటితో ఆగకుండా సృష్టి ఇంకా ముందుకు సాగింది. ఆయన తన శరీరం నుండి ఒక పురుషుడిని, ఒక స్త్రీ ని సృష్టించాడు. పురుషుని పేరు స్వయంభూ మను, స్త్రీ పేరు శత (100) రూప. ఈ మనువు తరువాత 13 మంది మనువులు సృష్టింపబడ్డారు. వీరే కాక బ్రహ్మ కనుబొమల నుంచి రుద్రుడు సృష్టింపబడ్డాడు. విష్ణువు నిద్రిస్తున్న సమయం లో ఆయన చెవుల నుంచి ఇద్దరు రాక్షసులు జన్మించారు. ఒక రాక్షసుడు పుట్టిన వెంటనే మధువు (తేనె) కావాలని అడుగగా అతని పేరు మధువు గా నిర్ణయించారు. రెండవ రాక్షసుడు కీటక రూపం లో ఉండడం వలన అతని పేరు కైతాభుడు గా నిర్ణయించారు. వీరిద్దరు బ్రహ్మ, విష్ణువులతో చాలా సంవత్సరాలు యుద్ధం చేసి చివరకు విష్ణువు చేతిలో మరణించారు. మధువు ని చంపుట వలన విష్ణువు మధుసూదనుడు (సంస్కృతం లో సూదన్ అంటే చంపుట అని అర్థం) అని పేరు గాంచాడు. ఈ రాక్షసుల యొక్క శరీరం లో నుండి వచ్చిన మేధ (కొవ్వు) తో ప్రస్తుతం మనం నివశిస్తున్న భూమి రూపం దాల్చింది. అందువలన మన భూమి మేధ లేక మేధిని పేరుతో పిలవబడు తోంది.

బ్రహ్మ సృష్టించిన మనువు కాలాన్ని మన్వంతరము అంటారు. ఆ కాలంలో మనువు భూమి కి కావలసినవి అన్నీ సృష్టించి

కాలాంతరంలో మరణిస్తాడు. బ్రహ్మ తిరిగి ఇంకొక మనువు ని సృష్టిస్తాడు. ప్రతి మనువు మరణించాక చిన్న ప్రళయం వస్తుంది. ఇలాగ 14 మనువుల కాలం బ్రహ్మ కి ఒక కల్పం (రోజు). ఆ కల్పం అయిపోయాక పెద్ద ప్రళయం వస్తుంది. అప్పుడు భూమి అంతా నీళ్ళమయం అయిపోతుంది. ప్రతి మన్వంతరం లో విష్ణువు ఋషులను, ఇంద్రాది దేవతలను తిరిగి సృష్టిస్తాడు. బ్రహ్మ "ఓం "అనే ప్రణవ మంత్రాన్ని కూడా సృష్టించాడు. ఓం ని అ, ఉ, మ లు గా విభజించాలి. అ అంటే బ్రహ్మ, ఉ అంటే విష్ణువు, మ అంటే శివుడు అని మన పురాణాలలో విశదీకరించారు. విశ్వం" చీకటి (తామసం) నుంచి మొదట కోరికలుగాను (రాజసం), తరువాత సత్యం (మంచితనం) లోకి" మార్పుచెందింది. తామసం అంటే రుద్రునిగాను, రాజసం అంటే బ్రహ్మగాను, సత్యం అంటే విష్ణువుగాను మైత్రి ఉపనిషద్ విశ్లేషించింది.

## బ్రహ్మ 14 మనువులను సృష్టించాడు;

1. మొదటి మనువు స్వయంభు. ఈ మన్వంతరం లో ఋషులు మరీచి, అత్రి, అంగీరస, పులహ, క్రతు, పులస్త్య. ఈ మన్వంతరం లో విష్ణువు వరాహరూపం దాల్చినట్టు పురాణాలలో చెప్పబడింది. ఈ మనువు కొడుకు ఉత్తానపాదుడు. ఈయన కొడుకు ధ్రువుడు. ధ్రువుడు విష్ణువుని ప్రార్ధించి సప్తమహర్షులు ఉన్న నక్షత్రమండలం లో ఒక నక్షత్రం గా ఉండిపోయాడు. శాస్త్రీయ పరంగా ఉత్తరధృవ నక్షత్రం "పొలారిస్ "ను "ధృవ నక్షత్రం "గాను నక్షత్ర మండలం ను "ఊర్ల –మజోరీస్ "గాను వర్ణిస్తారు.
2. రెండవ మనువు స్వరోచి. ఋషులు ఊర్జస్తంభ, అగ్ని, ప్రాణ, దంతి, ఋషభ, నిశ్చర, చార్వారియన్.

3. మూడవ మనువు ఉత్తమ. ఋషులు కౌకుదిని, కురుండి, దలయ శంఖ, ప్రవహిత, మిత, సమ్మిత.
4. ఈ మనువు తామస. ఋషులు జ్యోతిర్ధమ, పృథు, కావ్య, చైత్ర, అగ్ని, వనక, పివర. ఈ కాలం లో విష్ణువు తల్లి, తండ్రులు హరిణి, హరీమేధ మహర్షి కావుట వలన అయనను "హరి "గా పరిగణిస్తారు. మహర్షి హరీమేధ తపస్సు లో ఉండగా విష్ణువు జన్మించుట వలన విష్ణువు ను "తాపస "అని కూడా భావిస్తారు. ఈ కాలం లో గజేంద్ర-మోక్షం ఘట్టం జరిగిందని పురాణాలు పేర్కొన్నాయి.
5. ఈ మనువు రైవత. ఋషులు హిరణ్యరోమ, వేదశ్రి, ఉర్ధబాహు, వేదబాహు, సుధామన్, పర్జన్య, మహాముని. మొదటి మనువు కాలంలో వరాహ రూపం లో ఉన్న విష్ణువు ఇంత కాలం నీటి లో ఉండి ఈ మన్వంతరం లో తిరిగి నీటి నుండి బయటికి వచ్చి హిరణ్యాకుడు అనే రాకసుడిని చంపి భూమి ని తీసుకువచ్చాడు.
6. ఈ మనువు చకుష. ఋషులు సుమేధ, విరజ, హవిష్మత్, ఉత్తమ, మధు, అభినామన్, సహిష్ణు. ఈ కాలం లో సముద్ర మధనం జరిగింది.
7. ప్రస్తుత కాలాన్ని వైవస్వత మన్వంతరం అంటారు. ఋషులు కశ్యప, అత్రి, వశిష్ట, విశ్వామిత్ర, గౌతమ, జమదగ్ని, భారధ్వాజ.

ప్రస్తుత మన్వంతరం యొక్క సృష్టి, బ్రహ్మ మనుమడైన కశ్యప మహర్షి (మరీచి మహర్షి పుత్రుడు) చే చేయబడ్డది. అయన దకప్రజాపతి యొక్క 13 మండి పుత్రికలను వివాహం చేసుకున్నాడు. వారు 1. అదితి, 2. దితి, 3. రాణు, 4. అరిష్ట, 5. సురస, 6. ఖాస, 7. సురభి, 8. వినత, 9. తామ్ర, 10. క్రోధవాస, 11. ఇల, 12. కద్రు, 13.

ముని. అదితి పుత్రులు 12 మందిని ఆదిత్యులు. వారు 1. విష్ణువు 2. త్వష్ట 3. అర్యమ, 4. ధాత, 5. విధాత, 6. శక్ర, 7. పూష, 8. వివస్వన, 9. సవిత, 10. మిత్రవరుణ, 11. అంశ, 12. భాగ. దితి పుత్రులను దైత్యులు. అందులో ముఖ్యులైన వారు హిరణ్యాక్ష, హిరణ్యకశిపులు, వాతాపి, బలి, మారీచుడు మొదలగువారు. దాను యొక్క 100 మంది పుత్రులు దానవులు. దానవ సంతతి వారే రాక్షసులు. ఆదిత్యులు, దైత్యులు అక్క, చెల్లెళ్ల పిల్లలు.

అరిష్ట యొక్క పిల్లలు గంధర్వులు. వారు దేవలోకం లో సంగీతం పాడుతారు. సురస పాములకు జన్మ ఇచ్చింది ఖాశ పిల్లలు యక్షులు, రాక్షసులు[సృష్టించిన బ్రహ్మ ను తినాలని అనుకున్న వారు యక్షులు, రక్షించాలని అనుకున్న వారు రక్షకులు. కాలక్రమేణ రక్షకులు రాక్షసులుగా మారిపోయారు]. సురభి యొక్క పిల్లలు గోవులు, గేదెలు. వినత కు అరుణుడు, గరుడుడు జన్మించారు. గరుడుని పక్షుల రాజుగాను మరియు విష్ణువు యొక్క వాహనం గాను నియమింపబడ్డాడు. తామ్ర కు 6 గురు పుత్రికలు జన్మించారు. వారి ద్వారా జంతువులు, పక్షులు ఉద్భవించినాయి. క్రోధవాశ 14000 వేల నాగులకు జన్మ ఇచ్చింది. ఇల చెట్లకు, తీగలకు జన్మ ఇచ్చింది. కద్రువ తక్షకుడు, అనంతుడు మరి కొంత మంది నాగులకు జన్మ ఇచ్చింది. అందులో అనంతుని విష్ణువు తల్పముగా స్వీకరించి అనంతశయనుడిగా పేరు-గాంచాడు.

ధ్రువుని సంతతి లో ప్రచేతులు జన్మించారు, వారు సృష్టి చేయలేదు, సన్యాసులుగా ఉండిపోయారు. వారు అగ్నిని, వాయువుని సృష్టించారు. దితి జన్మనిచ్చే పుత్రుడు తనని సంహరిస్తాడని ఆగ్రహించి ఇంద్రుడు గర్భస్థ శిశువును తన వజ్రాయుధం తో 47 ఖండములుగా ఖండించాడు. ఆ శిశువులు మరుత్తులు గా

పిలవబడ్డారు [శిశువులు దుఃఖిస్తుండగా ఇంద్రుడు "మా రూఢ "అని గద్దించాడు (సంస్కృతం లో "మా రూఢ అంటే రోదించద్దు అని) ]. తరువాత వారు ఇంద్రునకు స్నేహితులుగా ఉన్నారు.

ఇంకను బ్రహ్మ ధర్మమును, కామదేవుని (మన్మధుడు), అగ్నిని హృదయం నుంచి, ఛాతీ నుంచి, కనుబొమల నుంచి సృష్టించాడు. ధృ అనే సంస్కృత పదం నుండి ధర్మం వెలువడింది. ధర్మ దక్షపతి యొక్క 10 మంది పుత్రికలను వివాహం చేసుకున్నాడు. వారు 1. అరుంధతి 2. వాసు 3. యామి 4. లంబ 5. భాను6. మరుధ్వతి7. సంకల్ప8. ముహూర్త 9. సాధ్య10. విశ్వ. అరుంధతి యొక్క పిల్లలు ప్రపంచ విషయాలు. వసు పిల్లలు 8మంది. వారు వసువులుగా పిలవబడ్డారు. వారు అప, ధృవ, సోమ ధార, సలిల, అనల, ప్రత్యూష, ప్రభాస. అనల పుత్రుదు కుమారుడు. కుమారుని దేవతలైన కృత్తికలు పెంచుట వలన, ఆయన కార్తికేయునిగా పిలవబడుతున్నాడు. ప్రభాస పుత్రుడు విశ్వకర్మ (దేవ శిల్పి). సాధ్య పిల్లలు సాధ్యదేవతలు, విశ్వ పిల్లలను విశ్వ దేవతలు అంటారు. దకుని 27 పుత్రికలను (నక్షత్రములు) చంద్రుడు వివాహం చేసుకున్నాడు. దకుని మరి యొక పుత్రిక అయిన మూర్తి (అహింస) ను ధర్మ వివాహమాడాడు. వారికి అంశ తో నలుగురు చిరంజీవులైన పుత్రులు జన్మించారు. వారు హరి, కృష్ణ, నర, నారాయణు లు. వారి లో హరి, కృష్ణ యోగ సాధన కి అంకితం అయిపోయారు. నర, నారాయణులు ఇద్దరు బదరికవనం లో తపస్సు చేసుకుంటున్నారు (బదరికవనం గంధమాధాన ప్రాంతం లో ఉన్నది. ప్రస్తుతం ఆ ప్రాంతాన్ని గడవాల్-హిమాలయ ప్రాంతం అంటారు).

ప్రస్తుత వైవస్వత మన్వంతరం లో విష్ణువు అవతారమైన వామనుని పాదపద్మములు బ్రహ్మ కడుగుటకు ఉద్భవించిన జలం ను గంగ గా పెర్కోన్నారు. విష్ణువు పాదపద్మములు తాకినందున గంగను, భగవత్పది గాను, విష్ణుపది గాను పిలుస్తారు. బ్రహ్మ తన కోసం బ్రహ్మ లోకం ను, విష్ణువునకు వైకుంఠమును, శివునకు కైలాశమును, ఇంద్రునకు స్వర్గమును, యముధర్మరాజుకు నరకమును, పాతాళమును, మరి కొన్ని లోకములను సృష్టించేను. గంగ జలనభ (జల=నీరు, నభ=ఆకాశము, ఆకాశం లో నీరు అంటే మేఘం) అగుట వలన బ్రహ్మ లోకం లో నివసించింది. అత్రి, అనసూయ దంపతులకు దుర్వాస మహర్షి జన్మించారు. ఆయన ఈ మన్వంతరం లో చాలా ప్రాముఖ్యత కలిగిన మహర్షి గా పేరుగాంచారు.

సృష్టి అయిపోయాక విష్ణువు స్థితికారుడుగ విశ్వం ను పాలించాడు. మానవులకు వారి బాధ్యతలు తెలియచెప్పేందుకు కొన్ని అవతారాలు ఎత్తాడు. మత్స్య, కూర్మ, వరాహ, నారసింహ అవతారాలు కృత (సత్య) యుగం లో, వామన, పరుశురామ, రామ అవతారాలు త్రేతా యుగం లో, కృష్ణ అవతారం ద్వాపరయుగం లో ను, బుద్ధ అవతారం ద్వాపర యుగం చివర మరియు కలియుగం మొదట్లోను ఎత్తడం జరిగింది. కలియుగాంతం లో కల్కి అవతారం ఎత్తడం జరుగుతుంది. మానవుని జీవితకాల పరిమితి కృత యుగం లో 1, 00, 000 సం, త్రేతా యుగం లో 10, 000 సం, ద్వాపర యుగం లో 1, 000 సం, కలి యుగం లో 100 సం గా నిర్ణయించారు.

గోకులం లో ని కృష్ణుని యొక్క దేవేరి అయిన రాధ లక్ష్మి, సరస్వతి, గంగ అను మూడు రూపాలుగా విస్తరించుకుంది. బ్రహ్మ దేవేరి సరస్వతి వేదాలకు ప్రతినిధ్యం వహించారు. బ్రహ్మ దేవేరి అయిన సరస్వతి తో బ్రహ్మ లోకం లో ను, విష్ణువు దేవేరి అయిన లక్ష్మి తో

వైకుంతం లో ను, శివుడు దేవేరి అయిన పార్వతి తో కైలాసం లో ను నివసిస్తారు.

**ఇది సృష్టి యొక్క రెండవ భాగం.**

సంస్కృత పదమైన "విద్" లో నుంచి ఉద్భవించింది వేదం. వేదం అంటే జ్ఞానం అని అర్థం. విష్ణువు వ్యాసుడుగా (వ్యాస అనే సంస్కృత పదానికి అర్థం 'రచయిత') ప్రతి ద్వాపరయుగం లో ను అవతారం ఎత్తి వేదాలను రచించి వేదవ్యాసుడు గా పేరు గాంచుతాడు. ప్రస్తుత (28 వ వైవస్వత) మన్వంతరం లో వ్యాసుడు 'కృష్ణ ద్వైపాయ న'. మానవులు జీవిత విధానాలకు అవసరమైనవి, అనుకూలమైనవి అన్నీ వేదాలలో పొందుపరిచారు. విష్ణువు ధన్వంతరి (ఆయుర్వేదం) అవతారం దాల్చాడు. సుశ్రుషుడు, చరకుడు మహర్షులు జన్మించి వైద్య విధానాన్ని అబివృద్ధిపరచారు. సుశ్రుషుడు శుశ్రూష–సంహిత, చరకుడు చరక –సంహిత అనే వైద్య గ్రంథాలు రచించి ప్రపంచానికి అందించారు. హోమలు, యాగాలు, పూజలు చేసే విధానాలను వేదాలలో వివరించారు. బ్రహ్మ 100 సం తరువాత విశ్వం మొత్తం అంతమవుతుంది. తిరిగి మళ్ళీ సృష్టి ప్రారంభమవుతుంది. బ్రహ్మ, విష్ణు, మహేశ్వరులు, భూమి మళ్ళీ సృషింపబడతారు. ప్రతి 100 సం మళ్ళీ సృష్టి జరుగుతుంది. కాల చక్రం తిరుగుతోంది. ఇదే సృష్టి విధానం.

**ఇది సృష్టి యొక్క మూడవ భాగం.**

# పరబ్రహ్మతత్వం (ముత్తుస్వామి దీక్షితారు)

శ్రీ ముత్తుస్వామి దీక్షితార్ 18 వ శతాబ్దములో ఉన్న దక్షిణశాస్త్రీయ (కర్ణాటక) వాగ్గేయకారుల (త్రిమూర్తుల) లో ఒకరు. శ్రీ త్యాగరాజస్వామి, శ్రీ శ్యామశాస్త్రి, శ్రీ ముత్తుస్వామి దీక్షితార్ ముగ్గురిని త్రిమూర్తులు అంటారు.

తమిళనాడులోని వైదీశ్వరన్ కోయిల్ అనె దేవాలయం లో ఉన్న శంకరుడు [వైద్యానాథుడు], ఆయన సతీమణి బాలాంబిక అనుగ్రహం వలన, రామస్వామి దంపతులకు ఒక కుమారుడు జన్మించినాడు. ఆ బాలునకు ముత్తుస్వామి దేక్షితార్ అని పేరు నిర్ణయించినారు [ఆ దేవాలయంలో సుబ్రమణ్యేశ్వరస్వామిని ముత్తుకుమారస్వామి అని పిలుస్తారు]. తండ్రి ఆజ్నతో, దీక్షితార్ గురువైన చిదంబరయోగి తో కాశీకి ప్రయాణం సాగించినారు. అక్కడ ఆయన గురువుగారి దగ్గర తాంత్రికవిద్యలు, సంగీతం అభ్యసించినారు. గురువుగారి ఆజ్నతో గంగానది లో స్నానం చేసేటప్పుడు, సరస్వతీదేవి అనుగ్రహం వల్ల సంస్కృతం లో 'రామ' అనె అక్షరాలు లిఖింపబడిన వీణ లభ్యమైనది.

ఆంగ్లేయులు దక్షిణభారతదేశంలో ఫోర్ట్ జార్జ్ ని [ఒకప్పటి మద్రాస్ కి (ఇప్పుడు చెన్నయి) దగ్గరగా] రాజధానిగా చేసుకొని పరిపాలిస్తున్నప్పుడు, బాలుడిగా ఉన్న దీక్షితార్, వారి తోబుట్టువులు రాజధానిని దర్శించేవారు. అక్కడ ఆయనకు పశ్చిమదేశ శాస్త్రీయ సంగీతం నేర్చుకొనే అవకాశం కలిగింది. అక్కడ ఆయన పశ్చిమదేశ శాస్త్రీయ సంగీతమునకు అనుగుణంగా సంస్కృతం లోను, తమిళం

లో ను కృతులు రచించారు. వాటిని 'నోట్టుశ్వర సాహిత్యం ' అంటారు. పశ్చిమ శాస్త్రీయ సంగీతం లో ఫిడేలు [వైయోలిన్] ఎక్కువగా ఉపయోగిస్తారు. దీక్షితార్, తోబుట్టువులు ఫిడేలు వాయించడంలో చాలా ఉత్సాహం కనపరిచారు. అప్పటినుంచి భారతదేశ శాస్త్రీయ సంగీతం లో వీణ తో పాటు ఫిడేలు కూడా చాలా ప్రాముఖ్యత సంపాదించుకుంది.

వారి గురువు చిదంబరయోగి కాశి లో పరమపదించిన తరువాత, దీక్షితార్ మద్రాస్ [చెన్నై] తిరిగి వచ్చి అక్కడినుంచి తిరుత్తణి [సుబ్రమణ్యేశ్వర ఆలయం] వెళ్ళి 'సదాక్షరి మంత్రం' తో మండల దీక్ష ప్రారంభించారు. 40 రోజుల ల తరువాత సుబ్రమణ్యేశ్వరస్వామి ఒక ముదుసలి రూపం లో దీక్షితార్ కి దర్శనమిచ్చి కలకండ దీక్షితార్ నోటిలో ఉంచారు. వెంటనే సంతోషించి ఆనందముతో "శ్రీనాథాది గురుగుహో జయతి జయతి "అనే కృతిని మాయామాళవగౌళ రాగం లో ఆశువుగా రచించారు. ఇది ఆయన మొట్టమొదటి కృతి. ఆ కృతిని విభూతి కృతి అంటారు. ఈ కృతి లో ఆయన విద్యా గురువు చిదంబరయోగి కి [యోగి శ్రీవిద్యాదీక్ష పేరు 'శ్రీనాథుడు', దీక్షితారు పేరు 'చిదానందనాథ'] మరియు సుబ్రమణ్యేశ్వరునకు నివాళులు అర్పించారు. ఈ కృతి గురుపే దైవం అన్న భావన [గురుభక్తి] తో రచించారు. గురుగుహ అంటే దైవం (గురు) భక్తుల హృదయాల (గుహ) లో నివసిస్తాడు. దీక్షితారు కి సుబ్రమణ్యేశ్వరస్వామి గురువు, దైవం. ఆయన కృతులకు 'గురుగుహ' ముద్ర గా తీసుకున్నారు. ఆయన 'మణిప్రవాళం' లో కూడా కృతులు రచించారు. మణిప్రవాళం[మణి (సంస్కృతం) =రత్నం (కెంపు), ప్రవాళం (తమిళం) =పగడం] సంస్కృతం, తమిళం కలిసిన భాష.

మాయామాళవగౌళ రాగం యొక్క విశిష్టత చెప్పుగోదగినది. ఆ రాగం 3వ చక్రం (అగ్ని చక్రం) లో 3 వ రాగం. ఈ చక్రం నే కుండలినీ

అని కూడా అంటారు. బుద్ధి, శరీరము, ఆత్మ, ఈ మూడు కుండలిని చక్రం యొక్క అధిపతులు. పురాణాల ప్రకారం ఈ ముడిటిని బ్రహ్మ, విష్ణు, శివ స్వరూపముగా భావిస్తున్నాము. ఈ రాగం లో, భక్తి ఎక్కువగా వినిపిస్తుంది. తెల్లవారుఝామున పాడితే ఈ రాగం లోని స్వరాలు బాగా పలుకుతాయి. ఇందులో మాధుర్యత చాలా దైవత్వం ఎక్కువ. అందుకనె శ్రీ పురందరదాసు సరళీస్వరాలు, అలంకారాలు, లక్ష్య గీతాలు ఈ రాగం లో పొందుపరచారు.

**ఈ కీర్తన యొక్క భావార్థతాత్పర్యం;**

**పల్లవి;**

శ్రీనాథాధి గురుగుహో జయతి, జయతి, చిదానందనాథోహమితి సంతతమ్ హృదిని భజ.

చిదానందనాథోహమితి [అహం=నేను చిదానందనాథ్ (దీక్షితార్)] శ్రీనాథునకు (విద్యాగురువు), గురుగుహునకు (సుబ్రమణ్యేశ్వరస్వామి) ప్రణమిల్లుతున్నాను. నేను (దీక్షితార్) గురుగుహుని ఎల్లప్పుడు (సంతతం) హృదయపూర్వకముగా (హృదిని) సేవించుతు (భజ) ప్రణమిల్లుతున్నాను (జయతి).

**అనుపల్లవి:**

నానా ప్రపంచ విచిత్రకరో, నామరూప పంచభూతకరో, అజ్ఞాన ధ్వాంత ప్రచండ భాస్కరో, జ్ఞాన ప్రదాయకో మహేశ్వరో.

ఈ విశ్వం (ప్రపంచ) లో ఉన్న చాలా (నానా) విభిన్న (విచిత్ర) రూపాలకు (రూప) మూలకారకుడు ఆయనే (గురుగుహుడు). పంచ భూతములు ఆయన రూపములే (నామ రూప పంచభూతకరో). ఆయన అజ్ఞానము (అజ్ఞాన) అనే చీకట్లను (ధ్వాంత) ప్రాలద్రోలే

(ప్రచండ) సూర్యుడు (భాస్కరో). ఆయన అధ్యాత్మిక జ్ఞాన (జ్ఞాన) ప్రదాత (ప్రదాయాకో). ఆయన మహేశ్వరుడు (మహేశ్వరో).

మధ్యమకళాసాహిత్యము; దీనావనోధయుక్త దివ్యతరో, దివ్యౌఘాది సకల దేహధరో, మానసనంద చతురతరో, మద్గురువరో మంగళం కరో.

ఆయన (గురుగుహ) దీనులకు (దీన) దివ్య (దివ్య) కల్పవృక్షము (వనోధ్యుక్త). ఆయన దివ్యనదులైన (దివ్యౌఘాది) [భాగీరథి, మందాకిని మొదలైన]మోసేవారు. ఆయన భక్తుల హృదయాలకు (మానస) ఆనందం (ఆనంద) అనుగ్రహించేవాడు. ఆయన (మద్గురు= మా గురువు) మాకు శుభం చేకూర్చును (మంగళం కరో).

**చరణం;**

మాయమయ విశ్వధిష్టానో, మాత్మకాది మతానుష్టానో,

మాలినీ మండలాంత విధానో,

మంత్రధ్వజపా హంసద్వానో,

మాయకార్యకలన హీనో,

మామక సహస్ర కమాలసీనో,

మాధుర్య గానామృత పానో,

మాధవయ భయ వర ప్రదానో,

మాయ సబళిత బ్రహ్మ రూపో,

మారకోటి సుందర స్వరూపో,

మహిమతామ్ హృదయ గోపుర దీపో,

మత్త సురాది జయ ప్రతపో.

ఆయన మాయమయమైన (మాయమయ) ప్రపంచమునకు (విశ్వం) నకు మూలాధారం (అధిష్టానో). కా (కాది) తో మొదలయ్యి మా (మాత్మక) తో చివరయ్యే మంత్రం (మత) ద్వారా ఆయనను ప్రార్థిస్తున్నాను (అనుష్టానో). ఆయన మాలిని చక్రనాభి (మండలాంత) లో నివసిస్తాడు (విధానో). ఆయనను అజాప మంత్రం చెప్పే హంస లాగా ధ్యానం చెయ్యాలి. ఆయన (మామక) వేయి (సహస్ర) రేకుల కమల (కమలాసీనో) హృదయంలో నివసిస్తాడు. ఆయన మధురమైన (మాధుర్య) సంగీతం (గానా) యొక్క అమృతాన్ని (అమృత) ఆస్వాదిస్తారు (పానో). ఆయన విష్ణువునకు, వారి బృందమునకు (మాధవాయ) వరాలు (వర), ఆశ్రయం (అభయ) ప్రసాదిస్తున్నారు (ప్రదానో). ఆయన బ్రహ్మస్వరూపం (బ్రహ్మరూపో) మాయ చేత (మాయ) కప్పబడిబడినది (సబలిత). ఆయన సుందరస్వరూపం (సుందరస్వరూపో) కొటి (కోటి) కోరికలను (మర) మరపింఛుతుంది. గోపురం (గోపుర) మీద వెలుగుతున్న దీపం లాగా, ఆయన భక్తుల (మహిమతామ్) హృదయాలలో (హృదయ) వెలుగుతున్న దీపం. ఆయన అహంకారపరులయిన (మత్త) సురాసురులు (సురాది) లను జయించినవారు (జయప్రదాతో).

## మధ్యమకళా సాహిత్యం;

మాయామాళవగౌళాదిదేశా, మహిపతి పూజిత పదప్రదేశ,

మాధవాధ్యమర బృంద ప్రకాశ, మహేషశ్య మహర్తపదేశ.

ఆయన నివాసము (పదప్రదేశ), బ్రహ్మ=మనస్సు, విష్ణువు=శరీరము, శివ=ఆత్మ (మాయమాళవగౌళాదిదేశా) తో పూజింపబడుతోంది. ఆయన విష్ణువు మరియు వారి బృందము (మాధవాధ్యమర) చేత పరివేష్టింపబడి ప్రకాషిస్తున్నాడు (ప్రకాశ).

ఆయన ప్రణవమును (మహార్త) తండ్రి ఐన మహేశ్వరునకు (మహేశస్య) ఉపదేశిస్తున్నారు (ఉపదేశ).

ఈ కృతిని సుబ్రమణ్యేశ్వర గీత అంటారు. (గీత అంటే భగవంతుని స్తుతించుట). భగవద్గీత అంటే విష్ణువుని గురుంచి చెప్పేది. భఃగవతి గీత అంటే ఆదిపరాశక్తి గురుంచి చెప్పేది. దీక్షితారు ఈ కృతి లో పరబ్రహ్మాస్వరూపాన్ని పొందుపరిచారు. ఆయన వ్రాసిన అన్నీ కృతుల లో వేదాంతము, జ్ఞానము పొందుపరిచారు. శాస్త్రీయ సంగీతమే దైవత్వము. సంగీతం ద్వారా దీక్షితారు తరించి మనని కూడా తరింపచేశారు. ఇటువంటి సంగీత నిష్ణాతులు భవిష్యత్తు లో జన్మిస్తారని ఆశిద్దాము.

# శ్రీ లంక పర్యటన

శివుడు పార్వతి అత్యంత ప్రీతితో విశ్వకర్మ చేత బంగారం తో నిర్మింపచేయించిన లంక పట్టణము, అష్టాదశ శక్తి పీఠములలో మొదటిదైన శాంకరి దేవి కొలువైఉన్న లంక పట్టణము, ప్రస్తుతం శ్రీ లంక (పూర్వము సిలోన్) గా పిలవబడుతున్న లంక పట్టణమును దర్శింప దలంచి మేము, మా బంధువుల తో, స్నేహితుల తో కలిసి లంకను పర్యటించుటకు సెప్టెంబర్ 23 న బయలుదేరాము.

బ్రహ్మ మానస పుత్రుడైన పులస్త్య మహర్షి యొక్క పుత్రుడైన విశ్రవసునకు దైత్య రాజకుమారి ఐన కైకసి (సుమాలి, తాటక యొక్క కుమార్తె) కి వివాహము జరుపగా, కైకసి కోరిక మేరకు పది తలలతో, బలవంతుడైన కుమారుడు జన్మించెను. అతని పేరు దశగ్రీవుడు (దశ+గ్రీవ= పది+కంఠములు, మరియు దశాననుడు=దశ+అనన=పది +ముఖములు). ఇతను శివభక్తుడు. ఒకసారి శివుని కోసం తీవ్రమైన తపస్సు చేస్తూ తన పది తలలతో కైలాస పర్వతం ఎత్తగా శివుడు ఆగ్రహించి తన బొటన వేలుతో అదిమి పెట్టగా పర్వతం కింద పడి దశగ్రీవుని చేయి కొండ కింద పడి నలుగుతున్నప్పుడు ఆయన బాధతో బిగ్గరగా అరవగా శివుడు ప్రత్యక్షమై దశగ్రీవునకు రావణ (రావణ అనగా ఎలుగెత్తి అరుచుట అని అర్థము) అని బిరుదు ప్రసాదించాడు. అప్పటినుంచి దశగ్రీవుడు (సగం బ్రాహ్మణుడు, సగం దైత్యుడు అగుటవలన) రావణబ్రహ్మఅని, రావణ+ అసురుడు=రావణాసురుడు గాను పిలవబడుతున్నాడు. రావణు ని తండ్రి ఐన విశ్రవసునకు మరి

కొంతమంది పుత్రులు, పుత్రికలు జన్మించారు. వారిలో యక్షుడైన కుబేరుడు ముఖ్యుడు.

విశ్వకర్మ లంకపట్టణమును సుందరమైన సౌధములతోనూ, వనములతోనూ, జలపాతములతోనూ, సెలయేళ్లతోనూ అత్యద్భుతమైన నగరముగా నిర్మించాడు. ఈ పట్టణమును శివపార్వతుల గృహప్రవేశ సందర్భములో బ్రాహ్మణుడైన విశ్రవసు మహర్షికి దక్షిణగా ఇవ్వబడింది. దానిని తన పుత్రుడైన కుబేరునికి ఇవ్వగా, ఆయన దగ్గరనుంచి రావణబ్రహ్మ ఆ పట్టణమును బలాత్కారముగా లాక్కున్నట్టుగా పురాణాలలో వివరించబడ్డది. రావణుడు నాలుగు వేదాలు క్షుండముగా నేర్చుకున్న జ్ఞాని. ఆయన జ్యోతిశశాస్త్రము నేర్చుకుని "రావణ సంహిత "అనే గ్రంథం రచించారు. ఆయన రుద్ర వీణా పండితుడు. శివుని మెప్పించడానికి ఆయన రుద్ర వీణ మీటినట్టుగా, శివ తాండవ స్తోత్రమ్ రచించినట్టుగా పురాణాలలో చెప్పబడింది. రావణుడు గొప్ప శివ భక్తుడు. ఆయన ప్రతి రోజు లంకా పట్టణము లోని ఒక కోటి శివలింగములను దర్శించి అభిషేకించినట్టుగా రామాయణం లో ఉద్ఘాటించారు. రామాయణం వైవస్వతమన్వంతరము లో 14 వ చతుర్యుగములో అని కొందరు, 24 వ చతుర్యుగము లో జరిగిందని మరి కొందరు చెప్పినా, రావణాసురుడు 3 లోకాలను 14 చతుర్యుగాలు పరిపాలించినట్టు పురాణాలలో చెప్పినందువలన, ఆయన వైవస్వతమన్వంతరము మొదట్లో జన్మించినట్టు మనకు అర్థమవుతోంది.

మొట్టమొదటి మన్వంతరమైన స్వయంభూ మనువు కాలంలో దక్షుని కుమార్తె ఐన సతీదేవి జన్మించి, తీవ్రమైన తపస్సు చేసి శివుని వివాహమాడినట్టు శివపురాణం లో, మరి కొన్ని పురాణములలోను ప్రస్తావించారు. దక్షునకు రాజ్యము లేని,

శ్మశానం లో నివసించే శివుడు నచ్చక పోవుటవలన, ఆయన చేసే యజ్ఞమునకు పిలుపు అందకపోయినా, సతీదేవి యజ్ఞము దగ్గర తండ్రి చేత అవమానింపబడి ఆత్మాహుతి చేసుకున్నందువలన శివుడు ఆగ్రహించి ఆమె సగం కాలిన శరీరము బుజము పై మోస్తూ దు:ఖం తో తిరుగుతుండగా, విష్ణువు తన సుదర్శన చక్రముతో సతీదేవి శరీరమును ఖండించగ, 108 ముక్కలుగా తెగి 52 ముక్కలు భూమి మీదను, 56 ముక్కలు మిగిలిన గ్రహముల మీదను (సూర్యుని మీద పడలేదు) విసిరివేయబడ్డాయి అని పురాణాలలో ప్రస్తావించారు. సతీదేవి తిరిగి పార్వతి గా వైవస్వత మన్వంతరం లో జన్మించి తిరిగి శివుని వివాహం చేసుకుంది.

సతీ దేవి అంగముల ముక్కలు భూమి మీదకు విసివేయబడినప్పుడు భూ భాగం ఎంత ఉన్నదో ఎవరికి తెలియదు. ఇవి అన్నీ కూడా భారత దేశం, నేపాళ్, బంగ్లాదేశ్, శ్రీ లంక భూ భాగములలో ఉన్నట్టుగా మనం తెలుసుకున్నాము. ఐతే ఎప్పుడో స్వయంభూ మనువు కాలం లో జరిగిన సంఘటన ఇప్పుడు మన భూ భాగానికే ఎందుకు వర్తిస్తోంది? స్వయం భూ మనువు కాలానికి ప్రస్తుత మన కాలానికి కోట్ల కోట్ల సంవత్సరాలు గడిచినాయి. ప్రతి చతుర్యుగానికి, ప్రతి మన్వంతరానికి చిన్న, పెద్ద ప్రళయాలు సంభవించినాయి. వీటివలన భౌగోళికంగా చాలా మార్పులు వచ్చినాయి. ఐతే మనకి తెలిసిన శక్తి పీఠములు, జ్యోతిర్లింగములు ప్రస్తుతం మనకి తెలిసిన ప్రదేశములలో ఉన్నాయని జ్ఞానులు గ్రహించి మనకు తెలియపరచారు. ఇవి అన్ని మన భారత భూ భాగం లో పడడం కేవలం కాకతాళీయం.

సుమారుగా 10 లక్షల సంవత్సరాల నుంచి ప్రస్తుతం మనం శ్రీ లంక గా అనుకుంటున్న భూ భాగం మన భారత భూ భాగం నుంచి

ఇప్పుడు ఉన్నంత దూరం లో నే ఉన్నదని భౌగోళికులు తెలిపారు. రావణుని లంక ప్రస్తుతం శ్రీ లంక నుంచి ప్రస్తుతం ఇండొనీసియా వరకు ఉండిఉండవచ్చు అని భౌగోళికులు తెలిపారు. రామాయణం లో చెప్పినవి ఏవి ఇప్పుడు లేవు. అన్నీ సముద్రగర్భం లో ఉన్నాయి. ఇప్పుడు మనం చూస్తున్న శ్రీ లంక ను విభీషణ లంక అంటారు. రామరావణ యుద్ధం జరిగినప్పుడు రాముడు ఈ ప్రాంతం ఎంచుకున్నాడు. భారత దేశం లోని రామేశ్వర ప్రాంతం ఒక్కటే శ్రీ లంక నుంచి సముద్రము దాటడానికి దగ్గర మార్గం. అక్కడ రాళ్ళతో సేతువు నిర్మించి లంకను చేరి విభీషణుకు పట్టాభిషేకము గావించి రావణునితో 18 రోజులు యుద్దము చేసి రావణుని పొట్టలో లో ఉన్న మృత్యువునిసంహరించిసీతాదేవినికుబేరునిపుష్పకవిమానములో అయోధ్యకు తీసుకువెళ్లాడు. పురావస్తుశాఖవారు పరిశోధించి రామరావణ యుద్ధం ఇక్కడే జరిగినదని నిర్ణయించారు. రావణుడు రాజ్యాన్ని బాగా పరిపాలించాడు, ప్రజలని బాగా చూసుకున్నాడు, అతని రాజ్యంలో ప్రజలు సుఖసంతోషలతో జీవించేవారు. అతని బలహీనత స్త్రీ వ్యామోహం ఒక్కటే. ఆ ఆధారం తో విష్ణువు రాముని అవతారం ఎత్తి రావణుని సంహరించాడు. రావణుడు బ్రహ్మజ్ఞాని, అందుకే రావణుడు యుద్ధం లో చనిపోయేముందు రాముని ఆదేశం ప్రకారం లక్ష్మణునకు రాజతంత్రం, దౌత్యం (మంత్రాంగం) బోధించాడు.

23-9-2018= పురణాత్మకమైన శ్రీ లంక ను దర్శించడానికి మేము బంధువులతో, స్నేహితులతో sep 23 తారీకున ప్రొద్దుట ఆ దేశపు రాజధాని ఐన కొలంబొ నగరమునకు హైదరాబాద్ నుంచి బయలుదేరి మధ్యాహ్నం 12. 30 గంటలకు చేరుకుని మధ్యాన్న భోజనం గావించి పట్టణం చూడడానికి బయలుదేరాము. సింహాళి భాషలో ఆయు భువన్ అంటే ఆయుష్మాన్ భవ అని అర్థం. ప్రతి రోజు

మా బస్ డ్రైవరు మమ్ముల్లను ఆయు భువన్ అని పలకరించేవాడు. అక్కడ ఈ మధ్య కాలం లో (సుమారుగా 30 సం) నిర్మించబడిన హిందూ దేవాలయం ను దర్శించాము. ఆ మందిరం లో భగవంతుని అన్ని రూపముల యొక్క విగ్రహములను (వెంకటేశ్వరస్వామి, శివపార్వతులు, సుబ్రమణ్యేశ్వర స్వామి, గణేశుడు మొదలైనవి) ప్రతిష్టించారు. గుడి చాలా అద్భుతంగా ఉంది. అక్కడనుంచి బయలుదేరి పంచముఖ ఆంజనేయ స్వామి గుడి ని దర్శించాము. పెరుమాళ్ అయ్యంగారు అనే ఆయనకు ఆంజనేయుడు స్వప్న దర్శనం ఇచ్చి మందిరం కట్టించమని ఆదేశించగ పెరుమాళ్ళు గారు మందిరం కట్టించారు. అందులో గొప్పతనం ఏమిటంటే ఆంజనేయ విగ్రహం లో ముందు పంచ ముఖములు, వెనుక వైపు రాముని రూపం చెక్కబడ్డాయి. మాకు పెరుమాళ్ల గారి దర్శన భాగ్యం కలిగింది. ఆయన మమ్మల్ని ఆశీర్వదించారు. అక్కడినుంచి కేలేనియా బౌద్ధమందిరమును దర్శించాము. కేలేనియా అనగా కోరికాలతో నిండి ఉన్న ప్రదేశము అని అర్థం. ఈ ప్రాంతం కైకసి (రావణుని తల్లి) ఉన్న ప్రదేశము, విభీషణుడి (రావణుని రెండవ తమ్ముడు) పట్టాభిషేకం జరిగిన ప్రదేశము కూడా ఇదే. గౌతమ బుద్ధుడు (బుద్ధ అనగ జ్ఞానం కలిగినవాడు అని అర్థం) కేలేనియా ప్రాంతమునకు 3 సార్లు వచ్చినట్టు తెలుస్తోంది. అక్కడ “నా” అనే చెట్టును (సుమారుగా క్రీ. శ 522 ప్రాంతంలో) పాతిపెట్టాడు. అక్కడ మనం చూసిన బుద్ధుని కూర్చునిఉన్న సింహాసనం అప్పటి రాజులు బుద్ధునికి సమర్పించినది. బుద్ధుని గుడి బయట గోడలమీద విభీషణుని పట్టాభిషేకం యొక్క శిల్పాలు చెక్కారు. అక్కడనుంచి నుంచి బయలు దేరి నేగామ్బొ కి దగ్గరగా ఉన్న యూరో-స్టార్ హోటల్ కి వచ్చి ఆ రాత్రి అక్కడ బస చేశాము. 24-9-2018=పొద్దుట హోటల్ నుంచి బయలుదేరి టిఫిన్ చేసి

బయలుదేరి కాట్రగామ మందిరము దర్శించాము. కాట్రగామ మందిరం లో ముఖ్యమైన దేవుడు సుబ్రమణ్యేశ్వరస్వామి. పక్కన విష్ణువు, గణేశుడు, దేవసేనలకు మందిరములు కట్టించారు. ఇక్కడ స్కందుని విగ్రహమునకు ముక్కు, చెవులు ఉండవు, నల్లగా ఉంటుంది. ఇక్కడికి కొద్ది దూరంలో "కిరి వేహర" అనే బౌద్ధ స్థూపం నిర్మించపడింది. అక్కడినుంచి మున్నేశ్వరం లో శివలింగం ని దర్శించాము. ఆ మందిరం బ్రాహ్మణ హత్యదోషం వెంటాడని పవిత్రస్తలం. ఈ శివుని కోర్కెలు తీర్చే దేవుడు గా పరిగణిస్తారు. మున్నేశ్వరం అంటే మున్న+ఈశ్వరమ్=మొదటి ఈశ్వరుడు అని అర్ధం. ఈ లింగం శ్రీ రాముడు లంక నగర ప్రవేశమునకు ముందే ఉన్నదని, ఈ మందిరమును రాముడు దర్శించడాని పురాణాలలో చెప్పబడింది. ఇంకా ఇందులో అమ్మవారు, గణేశుడు మరి కొంతమంది దేవుళ్ళ విగ్రహములను అమర్చారు. అక్కడినుంచి మానవారి బయలుదేరాము. అక్కడ శ్రీ రాముడు శ్రీ లంక లో ప్రతిష్టించిన మొదటి సైకత లింగం (మరి ఒకటి రామేశ్వరం, భారత్ లో శ్రీ రాముడు ప్రతిష్టించిన సైకత లింగం, రామేశ్వర లింగం) ను రామేశ్వర శివన్ అని పిలుస్తారు. బ్రాహ్మణ హత్య దోష (రావణాసురుడు బ్రాహ్మడు) నివారణకు శ్రీ రాముడు ప్రతిష్టించిన నాలుగు శివలింగములలో ఈ లింగం మొదటిది. మిగిలిన మూడు శివలింగములు తిరు కోణేశ్వరము, తిరు కేతీశ్వరము, రామేశ్వరము (భారత్). తరువాత మధ్యాహ్న భోజనం గావించి అనురాధపుర బయలుదేరాము. ఒకప్పుడు అనురాధపుర శ్రీ లంక రాజధాని గా ఉండేది. ఈ పట్టణం శ్రీ లంక లో బౌద్ధమతానికి నాంది. గౌతమ బుద్ధుడు గయ (భారత్) లో మహాసమాధి చెందిన 236 సం తరువాత బౌద్ధమతం, మౌర్య చక్రవర్తి ఐన అశోకుని కుమారుడైన మహింద్ర, కుమార్తె సంఘమిత్ర ఇక్కడ ప్రారంబించారు. బౌద్ధ

తత్త్వవేత్త ఐన "బుద్ధఘోష" ఇక్కడ కొంతకాలం ఉండి బౌద్ధమతం పైకి తీసుకొచ్చారు. ఇక్కడ ఉన్న స్థూపమును "అభయగిరి స్థూప" లేక "అభయగిరి దగేబ" అంటారు. దీనిని 1క్రీ. పూ కట్టించారు. మనము మనము చూసింది పురాతమైన ఆ స్థూపమే. ప్రతి పూర్ణమి రోజున ఇక్కడ చాలా మంది ప్రజలు బుద్ధుని దర్శనం చేసుకుంటారు. అక్కడ ఉన్న అశ్వత్థ వృక్షం (రావి చెట్టు) గయ (భారత్) లో గౌతమ బుద్ధుడు జ్ఞానోదయం పొందిన రావిచెట్టు యొక్క నారు, అశోక చక్రవర్తి యొక్క కూతురైన సంఘమిత్ర 288 క్రీ. పూ నాటినది. అక్కడనుంచి బయలుదేరి ఆ రాత్రి అశోక హోటల్ లో బసచేసాము.

25-9-2018 = పొద్దున 7. 30 టిఫిన్ చేసి కేతీశ్వరం గుడి చూడడానికి బయలుదేరాము. ఈ శ్రీ లంక లో ముఖ్యమైన 5 శివలింగములలో ఒకటి. ఈ గుడి చాలా పురాతనమైనది. ఇది నిర్మించి 2400 సం అయిఉండవచ్చని చరిత్రకారులు విశ్లేషిస్తున్నారు. ఇక్కడ కేతువు శివలింగ రూపం లో ఉంటాడు. పక్కన కేతువు రూపం ఉన్న లింగం కూడా ఉన్నది. ఈ లింగం చాలా పవిత్రమైనది, భారత ఖండం లో ఉన్న 275 పవిత్ర శివాలయములలో ఒకటని "పాదల్ పెత్ర స్థలమ్స్ "అనే తమిళ పవిత్ర గ్రంధంలో ప్రస్తావించారు. బ్రాహ్మణ హత్య దోష నివారణకు శ్రీరాముడు ప్రతిష్టించిన 3 వ శివలింగము ఇది. అక్కడనుంచి తలైమన్నార్ చేరుకున్నాము. తలైమన్నార్ (శ్రీ లంక నుండి ధనుష్కోడి (భారత్) వరకు పడవలు నడిపేవారు. బ్రిటిష్ వాళ్ళ కాలం లో 1894 క్రీ. శ లో ఇక్కడి నుండి దనుష్కోడి వరకు రైల్ లైన్ వేద్దామని అనుకున్నారు. కొంతవరకు వేశారు. కొన్ని కారణాలవల్ల ఆ పని ఆగిపోయింది. 1964 తుఫాను వచ్చిన తరువాత పడవలు నడిపించడం ఆపేశారు. ధనుష్కోడి నుండి తలైమన్నార్ వరకు రామసేతు (శ్రీ రాముని కోసం వానరులు కట్టిన రాళ్ళ వంతెన) అక్కడే ఉన్నదని satellite pictures లో తెలుస్తోంది.

దీనిని Adam's Bridge అని కూడా అంటారు. అక్కడనుంచి మధ్యాహ్న భోజనం ముగించి కీరమలై గుడి చేరుకున్నాము. కీర అనే సంస్కృత పదానికి ముంగీస అని అర్ధం, మలై అనే తమిళ పదానికి కొండ అని అర్ధం. దీనిని ముంగీస కొండ అంటారు. చోళరాణీ పెళ్లి కోసం ఉడుంపట్టు తో శివుణ్ణి ప్రార్ధించింది. ఆమె వివాహం అయ్యాక ఇక్కడ శివలింగం ప్రతిష్టించింది. ఇక్కడ ఖనిజములు ఉన్న సహజ నీటి బావులు కలవు. అక్కడినుండి జాఫ్నా చేరుకుని ఫలహారాలు ముగించుకుని రియో icecream తిని పిళ్లైయార్ హోటల్ లో ఆ రాత్రి బస చేశాము.

26-9-2018=పొద్దున 5. 00 గంటలకు బయలుదేరి పడవ లో నాగపోసానమ్మ గుడికి వెళ్లాము. ఈ గుడి 64 శక్తి పీఠం అని బ్రహ్మాండ పురాణం లో చెప్పారు (భూమి మీద వున్నవి 52 అని, మిగిలినవి అన్ని మిగిలిన గ్రహములమీద పడ్డాయి అని కొంతమంది చెప్తున్నారు). ఈ గుడి లో పార్వతిని నాగపోసనమ్మ అని, శివుని నయనార్ అని అంటారు. ప్రస్తుతం ఉన్న ఈ గుడి ని 18 శ లో నిర్మించినట్టుగా తెలుస్తోంది. అక్కడినుండి తిరిగి పడవలో వెనక్కు వచ్చి నల్లూర్ కందస్వామి గుడి ని దర్శించుకున్నాము. ఈ గుడి లో ముఖ్య దేవుడు సుబ్రమణ్యేశ్వరుడు. ఆయన శివలింగం మీద బొట్టు రూపం లో త్రిశూలం ఉన్నట్టుగా మనకు కనిపిస్తుంది. ఈ గుడిలో గణేశునకు, దేవసేన, మొదలగువారిని కూడా ప్రతిష్టించారు. గుడి చాలా అద్భుతంగా నిర్మించబడ్డది. అక్కడినుంచి త్రికోన్మలి కి బయలుచేరాము. త్రికోన్మలికి దగ్గరగా రావణుడు తల్లి కైకసి కోసం త్రవ్వించిన బావులు దర్శించాము. రావణుని కాలం లో ఇప్పుడు మనము త్రికొంమలి అనుకుంటున్న కొండ గోకర్ణ (గో=ఆవు, కర్ణ=చెవి) రూపం లో ఉండేదని, అక్కడి శివలింగాన్ని రావణుడు, ఆయన తల్లి కైకసి ఆ లింగాన్ని ఆరాధించేవారని వాయుపురాణం

లో పేర్కొన్నారు. తల్లికి ఆరోగ్యం క్షీణించటం వలన రావణుడు ఆ గుడిని తీసివేయటడంకోసం కొండను కదల్చగా శివుడు అపని చెయ్యనివ్వలేదు. ఆ వార్తా కైకసి విని దు:ఖం తో దేహం చాలించింది. తల్లి మరణవార్త విని రావణుడు ఆమె కర్మ కాండలకు భూమి ని కత్తితో చేధించగా 7 వేడినీళ్ళ బావులు ఏర్పడ్డాయి. ఈ బావులను కన్నియ బావులు అని అంటారు. అక్కడినుంచి బయలుదేరి త్రికోన్మలి లో ఉన్న లక్ష్మినారాయణ మందిరమును దర్శించాము. ఆ మందిరం 2011 మొదలు అయ్యింది. గుడి చాలా అద్భుతగా ఉన్నది. ఆక్కడే ఫలహారం చేసి ఆ రాత్రి రిసార్ట్ లో బస చేశాము.

27-9-2018=పొద్దునే అష్టాదశ శక్తిపీఠములలో మొట్టమొదటి పీఠమైన శాంకరి దేవి దర్శనం చేసుకునేందుకు బయలుదేరాము. అమ్మవారి గుడి త్రికోణేశ్వర లింగం ఉన్న గుడి ప్రాంగణం లో నే ఉన్నది. రావణ బ్రహ్మ కాలం లో ఈ కొండని గోకర్ణం అని చెప్పేవారు. ఆ శివలింగమును గోకర్ణ లింగముగా పిలిచేవారు. రావణుడు శివుని కోసం తీవ్రమైన తపస్సు చేసి ఫలించక ఆగ్రహం తో ఆక్కడ సముద్రాన్ని 3 కోణములుగా ఛేదించాడు. అప్పుడు ఆ కొండ గోకర్ణ రూపు నుంచి మారిపోయింది. అప్పటినుంచి ఆ కొండను త్రికోణమాలి (3 కోణములు) కొండ అని పిలుస్తున్నారు. అప్పటినించి గోకర్ణ శివుని కోణేశ్వరలింగము అని పిలుస్తారు. దానినే రావణ కట్ అంటారు. అప్పుడు శివుడు ప్రత్యక్షమై రావణుడు కోరిన ఆత్మలింగం ఇవ్వడానికి నిరాకరించి (పార్వతి శివుని లో సగ భాగం కనుక, ఆమె కి తెలియకుండా ఇవ్వలేనని చెప్పాడు) మరియొకలింగం ఇచ్చాడు. ఆ లింగం సముద్రం లో నుంచి పైకి తీసి అక్కడ రావణ కట్ దగ్గర ప్రతిష్ఠించారు. కోణేశ్వర లింగం రావణుని కాలం నుంచి వున్నదని భావించవచ్చు. ఈ క్షేత్రమును దక్షిణ కైలాసం అని అంటారు. ఈ సంఘటన తరువాత రావణుడు కైలాసం వెళ్ళి తపస్సు

చేసి శివుని ఆత్మలింగం సంప్రాప్తికావించుకుని తిరిగి భూమి కి వస్తుండగా ప్రస్తుతం భారత దేశం లోని కర్నాటకల లో ఉన్న గోకర్ణం ప్రాంతలో గణేశుని దయవలన భూమికి అతుక్కుని రావణుడు ఎంత ప్రయత్నించిన రాక పోగా పై భాగం 5 ముక్కలు అయి 5 చోట్లకు విసిరివేయబడ్డాయి. అవి 5 క్షేత్రాలుగా పేరుపొందాయి. లింగమును ఎత్తడానికి చేసిన ప్రయత్నములో రావణుని చేతుల ముద్రలు ఆవు ఆకారంలో పడ్డాయి. అందువలన ఆ ప్రాంతం గోకర్ణం గా పేరు గాంచింది. రావణుడు మహాబలవంతుడు కనుక, ఆయన లింగమును ఎట్టడానికి ప్రయత్నం చేయడము వలన ఆ లింగము మహాబలేశ్వర లింగముగా ప్రసిద్ధిపొందింది. మేము శివుని దర్శనం చేసుకుని ప్రక్కనే ఉన్న శాంకరి దేవిని దర్శించుకుని రిసార్ట్ లో టిఫిన్ చేసి కాండి కి బయలుదేరాము. దీనిని బట్టి మనకు భూగ్రహం మీద రెండు గోకర్ణములు ఉన్నట్టుగా తెలుస్తోంది. దారిలో దంబుల లో ఉన్న బుద్ధ విగ్రహాన్ని దర్శించి ఫోటోలు తీసుకున్నాము. పక్కనే సిలోన్ రేడియో స్టేషన్ చూసాము. అక్కడినుంచి spice garden కి వెళ్లాము. ఇందులో జాజికాయ, ఏలకులు, లవంగాలు మొదలగు చెట్లను, తీగలను పెంచి ఆయుర్వేద మందులు తయారు చేసి ఎగుమతి చేస్తారు. అక్కడ మధ్యాహ్న భోజనం చేసి కాండి కి వెళ్ళి ఆ రాత్రి హోటల్ లో బస చేశాము.

28-9-2018=పొద్దునే రంబోడ హనుమాన్ గుడికి బయలుదేరాము. ఆ గుడి చిన్మయ మిషన్ వాళ్ళు ఎత్తైన కొండ మీద కట్టి ఏప్రిల్ 2001 లో ప్రారంబించారు. ఆ గ్రామం కొండల మధ్య అడవులలో వున్నది. సీతా దేవి ని వెతుకుతూ హనుమంతుడు మొదటి అడుగు ఈ కొండల మీదే పెట్టాడని చెప్పారు. అయితే హనుమంతుడు సముద్రం మీద నూరు యోజయనాల (ఒక యోజనం 8 మైళ్ళు, 100 యోజనలు 800 మైళ్ళు) దాటాడు అని వాల్మీకి రామాయణం లో చెప్పబడింది.

ప్రస్తుతం ఈ ప్రాంతం అంత దూరం లో లేదు. హనుమంతుడు మొదటిసారి లంకలో అడుగు పెట్టినప్పుడు, ఆయన పాదం చాలా పెద్దదిగా ఉండిఉండవచ్చు. హనుమంతుని పాదాలు, రావణుని సౌధములు మొదలగునవి సముద్రం మునిగిపోయినాయి. యుద్ధం ప్రస్తుత శ్రీ లంక భూ భాగం లో జరిగినది కనుక ఆ ప్రాంతంలో హనుమంతుల వారి చిన్నవి, పెద్దవి పాదాల జాడలు కొన్ని ఉండవచ్చు. హనుమాన్ విగ్రహం చాలా బాగుంది. అక్కడ టిఫిన్ చేసి టీ గార్డెన్స్ ని దర్శించాము. అక్కడినుంచి అశోక వనం లో ప్రయాణం చేస్తూ సీతాదేవి అగ్నిప్రవేశ స్థలము (ది వురంపుల), సీతాదేవి వనవాస స్థలం (అశోక వాటిక), న్యూవార ఏలియా (నవ వసంతము) ప్రాంతము, రమోనా జలపాతాలు, గాయత్రి పీఠం ను దర్శించాము. ఇక్కడ ఉన్న కొండలలో రావణ గుహలు ఉన్నాయి అని చెప్పారు. గాయత్రి పీఠం ను శ్రీ మురుగేశు మహర్షి స్థాపించారు. ఈ మఠం ను శ్రీ లంకతీశ్వర్ గుడి అని కూడా అంటారు. ఈ స్థలం లో రావణుని పుత్రుడైన ఇంద్రజిత్ నికుంభ యజ్ఞం, శివుని తపస్సు చేసి పశుపతి అస్త్రం సంపాదించాడని అని చెప్తారు. మురుగేశ్ స్వామి సంజీవిని చెట్టు యొక్క ముక్కని ఇక్కడ పెట్టారు. అక్కడ భోజనం చేశాము. చాలా బాగుంది. తిరిగి కాండి కి బయలు దేరి దారి లో gems factory చూసుకుని హోటల్ కి వచ్చాము.

29-9-2018=పొద్దున కాండి లో శ్రీ లంక breakfast (buffet) చేసి ఎలిఫంట్ sanctuary కి వెళ్ళి, అక్కడినుంచి హోటల్లో భోజనం చేసి నెగమ్బో బీచ్ చూసుకుని, షాపింగ్ చేసుకుని యూరో స్టార్ లో బస చేశాము.

30-9-2018=పొద్దునే బయలుదేరి airport కి వచ్చి విమానం ఎక్కి హైదరాబాద్ చేరుకున్నాము.

మాయాత్ర బాగా జరిగింది. మమ్మల్ని తీసుకుని వెళ్ళిన వరప్రసాద్ అన్ని బాగా చూపించారు. accommodation, food, అన్ని చాలా బాగున్నాయి.

# ఫోటోలు

అనంత పద్మనాభ స్వామి, తిరువంతపురం (కేరళ)

ఉడిపి, కర్ణాటక

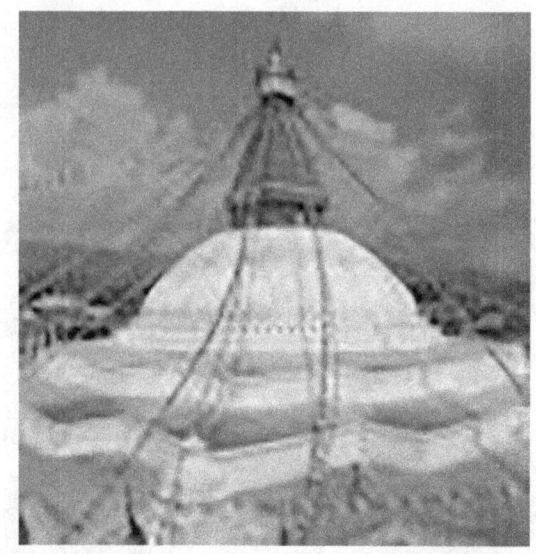

బౌద్ధనాథ్ మందిరం, ఖాట్మండు (నేపాల్)

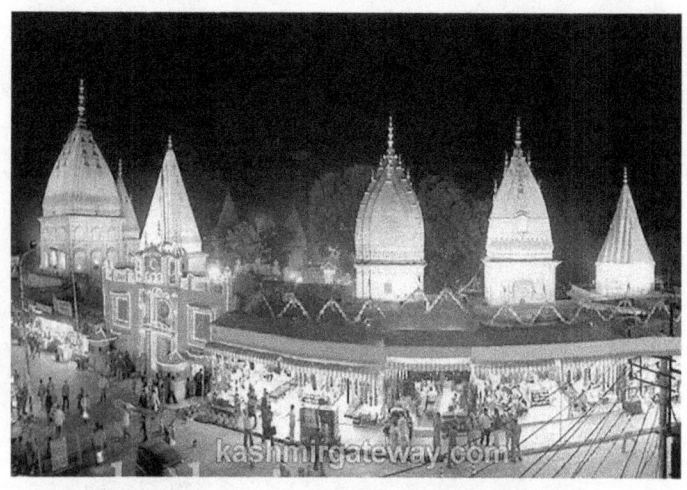

రఘునాథ్ మందిరం, జమ్ము

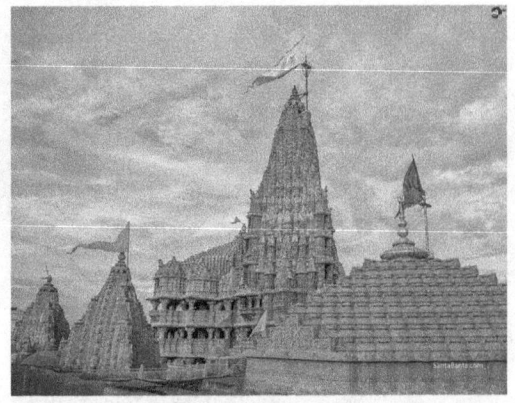

## ❖ ఫోటోలు ❖

ద్వారకా మందిరం, ద్వారక

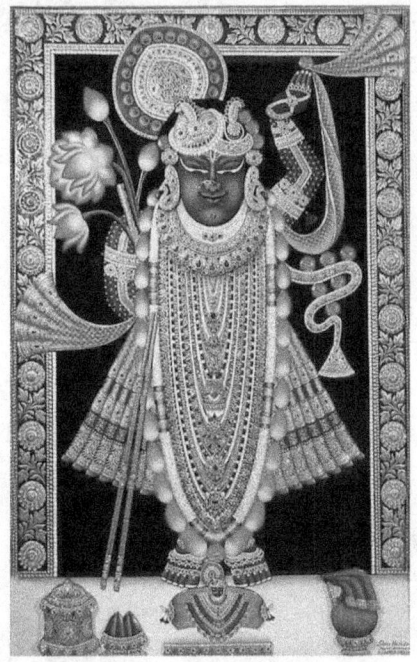

శ్రీనాథ్ జీ, నాథ్ - ద్వారా..

గురుద్వారా, హేమకుండ్ సరస్సు (ఉత్తర్ఖండ్)

శ్రీ అష్టపాద్ తీర్థ్, అష్టపాద్ పర్వతములు (కైలాస పర్వతం దగ్గర, టిబెట్).

బుధినీలకంఠ (జల శయన నారాయణ), ఖాట్మండు, నేపాల్.

బుద్ధ మందిరం రోబోంగ్, సిక్కిం